NGƯỜI CHẾT ĐI VỀ ĐÂU?

NGƯỜI CHẾT ĐI VỀ ĐÂU?
NGUYÊN MINH

NGUYÊN MINH
soạn dịch

NGƯỜI CHẾT ĐI VỀ ĐÂU?

NHÀ XUẤT BẢN LIÊN PHẬT HỘI

Lời nói đầu

Sách này được biên soạn chủ yếu dựa vào một cuốn sách bằng tiếng Tây Tạng có nhan đề là Bardo Thődol, trước đây được một vị Lạt-ma Tây Tạng là Kazi Dawa Samdup dịch sang tiếng Anh, nhan đề là The Tibetian Book of the Dead, với lời bình giải của Hòa thượng Chőgyam Trungpa. Sau đó đã có thêm bản tiếng Pháp của bà Marguerite La Fuente, dịch lại từ bản tiếng Anh. Chúng tôi đã sử dụng phần lớn bản Việt dịch của dịch giả Nguyên Châu, cũng được dịch từ bản tiếng Anh.

Căn cứ vào nhan đề của nguyên tác là Bardo Thődol, có thể gọi sách này là Tử thư, hoặc như đã từng được gọi là Luận vãng sinh. Tuy nhiên, ngoài phần chính văn của sách, trong khi biên soạn chúng tôi cũng đưa thêm vào phần Dẫn nhập của tiến sĩ W. Y. Evans Wentz, phần Giảng luận của Hòa thượng Chőgyam Trungpa, Luận văn tâm lý học của Carl Gustav Jung, và cuối cùng là một vài suy nghĩ, nhận thức riêng của người biên soạn. Như vậy, với sự trình bày nhiều ý kiến khác nhau về cùng một chủ đề, chúng tôi đã đặt tựa sách theo chủ đề ấy là "Người chết đi về đâu".

Nội dung chính của sách này quả thật đã trả lời câu hỏi ấy. Đây là những lời nhắn gửi với người chết, những lời tụng đọc trong lúc cầu siêu sau khi chết, nhằm có thể giúp cho người chết đạt đến một cảnh giới tốt đẹp nhất có thể có trong điều kiện riêng của mỗi người. Tuy không chính thức nằm trong hệ thống kinh điển Phật giáo, nhưng đây có thể xem là một cuốn luận bao trùm nhiều quan điểm của các tông phái khác nhau trong đạo Phật. Điều này thật ra cũng không có gì khó hiểu, nếu chúng ta biết rằng các tông phái chẳng qua chỉ là những phương tiện khác nhau để dẫn đến cùng một mục tiêu duy nhất là giác ngộ.

Nếu phải phân loại sách này trong rừng kinh sách phong phú của đạo Phật, thì có thể xếp nó vào Tịnh độ tông và Mật tông. Xếp vào Tịnh độ tông, vì trong đó có phần nhắc nhở thần thức người chết kiên trì niệm danh hiệu Phật A-di-đà để được vãng sinh về cõi Cực Lạc của ngài. Xếp vào Mật tông vì sách này xuất phát từ Tây Tạng và có những mô tả rất lạ lùng về cảnh tượng sau khi chết, không hề có trong Nam tông hay Bắc tông.

Nhưng xếp loại như thế cũng rất miễn cưỡng. Vì nội dung sách này còn dạy rằng, phải nhận biết rõ mọi cảnh tượng chẳng qua chỉ là biến hiện của chân tâm, và khuynh hướng này lại chính là thuộc về Thiền tông, vốn xuất phát từ tự lực để giác ngộ. Thiền tông được một số người xem là khác hẳn với Tịnh độ tông, vốn dựa nhiều vào đức tin nơi tha lực. Còn nói sách này thuộc về Mật tông cũng không đúng hẳn, vì trong sách nói rất ít về những khẩu quyết, thần chú, mà chỉ tha thiết giảng giải cho thần thức người chết về tâm thức và hoạt động của tâm thức, như đức Phật đã từng giảng về chân tâm trong kinh Lăng Nghiêm. Độc giả đã đọc kinh Lăng Nghiêm hẳn sẽ thấy đây là một hệ thống lý luận rất chặt chẽ, khoa học, hướng đến giải thoát bằng trí huệ, không hề dựa vào những khẩu quyết, thần chú.

Ngoài ra, nội dung sách này còn gợi nhiều liên tưởng đến Duy thức tông, đến các kinh quan trọng như Tâm kinh Bát-nhã, kinh A-di-đà... Các yếu tố quan trọng trong Duy thức tông như ngũ uẩn, bát thức... được trình bày hết sức sinh động chứ không còn là những yếu tố tâm lý như nhiều người hiểu. Đọc sách này mới thấy Tâm kinh Bát-nhã đúng là "bộ kinh một trang" nhưng đã cô đọng hết những gì chư Phật thuyết dạy. Còn những ai đã từng tụng đọc kinh A-di-đà, đọc sách này thì niềm tin càng thêm kiên cố và sẽ bớt phần sợ hãi khi lâm chung.

Sách này mô tả rõ ràng cảnh tượng mà tâm thức sẽ thấy sau khi chết, những giai đoạn từ ngày này qua ngày khác, từ tuần này qua tuần khác. Sách cũng nói về tác động của nghiệp lực và con đường dẫn đến tái sinh. Mô tả như thế, không phải để thỏa mãn trí tò mò của người đọc, vì thật ra sách này là để dành cho các vị Lạt-ma chủ trì lễ cầu siêu, nhằm chỉ dẫn cho thần thức người chết biết được rằng những cảnh tượng đều chỉ là do nơi tâm thức biến hiện ra, để họ không sanh tâm sợ hãi. Nội dung sách thể hiện một tấm lòng từ bi, thương xót vô hạn với những chúng sanh còn trầm luân trong cõi luân hồi.

Theo tương truyền, sách này do ngài Padmasambhava[1] soạn. Ngài là người đã đưa đạo Phật vào Tây Tạng. Trong cuốn "Đường mây qua xứ tuyết", Hòa thượng Govinda có đề cập nhiều đến vị đại sư này, được dân Tây Tạng xem là hóa thân của đức Phật Thích-ca. Theo Hòa thượng Chögyam Trungpa, ngài Padmasambhava không những chỉ viết cuốn Bardo Thödol này, là tập luận nhằm "Giải thoát qua lắng nghe", mà ngài còn viết một loạt các tập luận khác, trong đó có cả việc hướng dẫn "Giải thoát bằng sáu giác quan". Các tập luận khác hiện nay vẫn chưa được dịch sang tiếng Anh hay tiếng Pháp. Đại sư Padmasambhva chính là người đã đẩy lùi ảnh hưởng của giáo phái Bon, đưa đạo Phật - với cứu cánh cuối cùng là giải thoát - vào văn minh Tây Tạng.

---

[1] Thường được gọi là đại sư Liên Hoa Sanh (755-797).

Cuốn Bardo Thődol này được tìm thấy trong một ngọn núi ở Tây Tạng, vốn dành cho các vị Lạt-ma đạo cao đức trọng để tụng đọc bên người chết, hoặc cầu siêu cho họ trong những tuần lễ ngay sau khi chết. Vào năm 1919, một vị Lạt-ma người Tây Tạng là Kazi Dawa Samdup dịch sang tiếng Anh và trao cho tiến sĩ W. Y. Evans Wentz, người Anh, và ông này đã viết thêm phần dẫn nhập rồi xuất bản tại Anh Quốc. Đến năm 1933 thì nó được bà Marguerite La Fuente dịch sang tiếng Pháp. Vào khoảng cuối năm 1949, hòa thượng Thích Quang Phú đã cho xuất bản cuốn Liễu sanh thoát tử, chính là dịch từ một bản chữ Hán của ông Liêu Địch Nguyên, vốn được biên soạn dựa theo sách này. Chúng tôi đã xem và nhận thấy bản này chỉ sử dụng một phần rất ít của nguyên bản, không đầy đủ.

Hòa Thượng Chőgyam Trungpa cho rằng đây là một cuốn sách rất có ích, vì không chỉ dành cho người chết, mà cho cả người sống nữa. Vì thế, cho dù có những hạn chế nhất định về năng lực, trình độ, nhưng chúng tôi cũng cố gắng hết sức để thực hiện công việc biên soạn sách này. Mong sao sẽ tiếp tục có thêm các vị thiện tri thức góp phần vào sửa đổi, bổ khuyết, để những lần tái bản thêm phần đầy đủ và chính xác hơn. Bản thân chúng tôi cũng sẽ cố gắng phát hiện và chỉnh sửa trong mỗi lần tái bản để hoàn thiện nội dung hơn nữa.

Nội dung sách này rất sâu sắc, không giống như những cuốn sách bình thường khác. Vì thế, đứng từ góc độ người biên soạn, chúng tôi xin mạn phép lưu ý một số điểm sau đây:

- *Sách này nói về chân tâm và hoạt động của tâm thức sau khi chết. Thể của tâm thì vắng lặng, trống rỗng, không sanh không diệt, nhưng dụng của tâm thì vô cùng vô tận.*

Ví như tất cả các giai điệu đều phát sanh từ sợi dây đàn, nhưng bản thân dây đàn không phải là các giai điệu đó. Mỗi giai điệu đều có hay có dở, có dài có ngắn, có bổng có trầm, có bắt đầu có chấm dứt; nhưng dây đàn thì không hay không dở, không dài không ngắn, không sanh không diệt... Nếu có chúng sanh nào sanh ra trong giai điệu nhạc, sanh sau khi giai điệu nhạc bắt đầu, và chết trước khi giai điệu nhạc chấm dứt, thì chắc chắn không bao giờ người ấy có thể hiểu được thể tánh của dây đàn. Chúng ta, người sống cũng như kẻ chết, đều đang quay cuồng trong các "giai điệu nhạc", không ngờ rằng mình mang trong người thể tánh thanh tịnh không sanh diệt, tức là Phật tánh. Hiểu như thế, thì sách này cũng không khác kinh Lăng Nghiêm, kinh Bát Nhã, nên không chỉ dành riêng cho người chết.

● *Sách này nói về sáu cõi trong thế giới Ta-bà: cõi trời, cõi a-tu-la, cõi người, cõi súc sanh, cõi ngạ quỷ và cõi địa ngục. Chúng ta ngày nay đang ở trong cõi người, nhưng mai kia chết đi, tùy theo nghiệp thiện ác lại có thể thác sanh vào một trong sáu cõi. Cách nghĩ này không sai, nhưng chưa đầy đủ. Chúng ta, đành rằng với thân người, nhưng thật ra cũng đang luân chuyển qua lại trong sáu cõi đó từng ngày, từng lúc, từng khoảnh khắc. Nếu ta đang khởi lên một niềm an vui xuất phát từ tâm định tĩnh, tâm buông xả, thì ta đang ở cõi trời. Ngược lại, nếu trong lòng đang sôi sục hận thù thì ta đang ở trong địa ngục. Sáu cõi trong thế giới Ta-bà không gì khác hơn là sáu trạng thái tâm lý của các loài, trong đó có loài người. Sáu trạng thái đó tồn tại cùng lúc trong mỗi loài và tùy theo nghiệp lực mà chúng sanh có thân thể của một loài nhất định. Sách này chỉ rõ đặc trưng của sáu trạng thái đó và được hòa thượng Chőgyam Trungpa lý giải thêm.*

● *Đọc sách này, có người sẽ nảy sanh nghi vấn khi thấy trong sách vừa nói rằng mọi cảnh tượng đều do tâm thức biến hiện, lại vừa khuyên thiết tha quán tưởng tới Tam bảo, tới Phật A-di-đà. Như thế thì, Phật A-di-đà cũng do tâm thức biến hiện, hay là một tha lực tồn tại độc lập? Đây là một nghi vấn cố hữu của người học đạo, cũng chính là chỗ rẽ của Thiền tông và Tịnh độ tông. Thiền tông dựa trên tự lực và dùng trí huệ phá chấp để đạt tới giác ngộ, trên cơ sở "Phật tại tâm". Tịnh độ tông xem tha lực là tồn tại thật, nên thiết tha niệm Phật sẽ được cứu độ. Tuy nhiên, thật ra thì cách phân biệt này vốn là giả tạo. Vì khi niệm Phật tới mức nhất tâm bất loạn, người niệm cũng đạt tới trạng thái định của thiền, trong ngoài không còn phân biệt. Tuy thế người đời vẫn chia làm hai phái, và kinh sách cũng đi về hai ngả. Điều này nói lên tính cách bao quát lạ lùng của sách này, vì cả hai quan điểm trên đều được dung nhiếp theo chân lý Bát nhã "sắc tức thị không, không tức thị sắc".*

Dù vậy, hẳn sẽ có nhiều người vẫn tự hỏi, thế thì thế giới và chư Phật có thật hay không? Mỗi người có thể sẽ phải tự trả lời cho mình câu hỏi này. Tuy nhiên, nếu thấy thế giới là có thật, địa ngục, ngạ quỷ là có thật, thì chư Phật cũng là có thật để từ bi cứu độ; còn nếu thấy chư Phật chỉ là biến hiện của Phật tánh, của hạt minh châu trong chân tâm thanh tịnh mỗi người, thì ngạ quỷ, địa ngục khi ấy cũng chỉ là biến hiện của tâm bất thiện, có gì là đáng sợ?

● *Đối với người chết, không có gì quý báu hơn là tình cảm chân thật thành kính dành cho họ, và những lời nhắn nhủ khi họ đã trở nên bơ vơ một mình. Sự tin tưởng và tình cảm chí thành là phương tiện truyền đạt tới người chết những lời nhắn nhủ cuối cùng. Trong sách này có nói rõ, khóc lóc than vãn chỉ làm người chết thêm bối rối. Thái độ cần thiết là một tình cảm chân thành, một tâm thức vững chắc biết rõ rằng cái chết chỉ là một giai đoạn trong quá trình miên viễn của đời sống. Người chết sẽ cảm nhận được tâm kiên cố đó và cũng vững vàng theo, bớt phần sợ hãi. Nội dung nhắn nhủ chính là những lời khai thị trong sách này. Tùy căn cơ người chết, có thể nhấn mạnh nhiều đến ý niệm "Phật tại tâm" hay theo hướng Tịnh độ, thiết tha quán tưởng đức A-di-đà. Tổ Ấn Quang cho rằng, trong thời Mạt pháp, đại đa số chúng sanh thích hợp với phương pháp niệm Phật cầu vãng sinh, không mấy người đủ sức tự lực để giải thoát. Trong trường hợp này, người thân cần nhắc nhở người sắp lâm chung chí thành quy y Tam bảo, thiết tha quán tưởng đức A-di-đà. Người sống cũng như người chết chỉ cần nhất tâm niệm sáu chữ "Nam-mô A-di-đà Phật", hình dung ngài xuất hiện rõ rệt trước mắt mình, "như bóng trăng trong nước". Trong mọi trường hợp, người sống cần lấy tâm thành kính, thanh tịnh để cầu siêu quán tưởng. Nếu không, thần thức dễ sanh tâm sân hận, càng thêm đau khổ cho họ.*

Cầu mong tập sách này đem lại giải thoát cho người chết, đem lại an vui cho người thân của họ vì đã làm được điều gì đó lợi lạc cho người vừa qua đời, đem lại chút suy tư lắng đọng cho những người khác, vốn biết mình sẽ chết nhưng quá sợ hãi đến nỗi không dám nghĩ tới sự thật hiển nhiên này.

Nếu có ai nhờ đọc sách này được đôi phần lợi lạc, dù là ở bất cứ thế giới nào, thì đó là phần thưởng cao quí nhất đối với người biên soạn.

NGUYÊN MINH

DẪN NHẬP LUẬN VÃNG SINH

Tiến sĩ *W. Y. Evans Wentz*

Tập luận vãng sinh này, nguyên tác tiếng Tây tạng có tên là *Bardo Thődol*. Đây là một trong số rất ít những quyển sách nghiêm túc nghiên cứu về cái chết, về trạng thái sau khi chết và về sự tái sinh. Sách này cũng trình bày một cách cô đọng các giáo lý chính yếu của Phật giáo Đại thừa. Hơn thế nữa, nó không chỉ rất quan trọng về mặt tôn giáo, mà còn cả trong các lãnh vực triết học và lịch sử nữa.

Sách này đã từng được sử dụng như một trong những luận thuyết căn bản của thuyết *Du-già*, và nằm trong chương trình đào tạo cơ bản của Viện Đại Học Phật giáo *Nālandā* - một dạng *Oxford* của Ấn Độ xưa kia. Vì thế, đây có thể xem như là một trong những tác phẩm đáng chú ý nhất của phương Đông mà người phương Tây từ trước đến nay chưa từng biết đến.[1]

Chủ đề của quyển sách có vẻ như khá tương tự với quyển "*Sách dành cho người chết*" của Ai Cập, với những mô tả và hướng dẫn bí ẩn xuyên qua thế giới bên ngoài của nhiều vương quốc thuộc ảo tưởng mà biên giới là sự sống và cái chết. Tuy nhiên, sự so

---

[1] Tiến sĩ Evans Wentz là người phương Tây đầu tiên nhận được bản dịch Anh ngữ của tập sách này và cũng là người xuất bản nó để giới thiệu với độc giả phương Tây. (Xin lưu ý, tất cả các chú thích trong sách này đều do người biên soạn đưa vào.)

sánh này không thể giúp đi đến một kết luận nào khác ngoài việc gợi ra một mối tương quan về văn hóa giữa hai khu vực.

Độc giả phương Tây cũng nên lưu ý một điều rằng, những lời giáo huấn trong sách này đã được truyền lại đến chúng ta qua một quá trình tiếp nối không hề gián đoạn của những vị thánh sư chứng ngộ xứ Tây Tạng, một vùng đất linh thiêng với nhiều đỉnh núi quanh năm tuyết phủ, được tin là có những thiên thần thường xuyên bảo vệ.

Sự độc đáo của sách này là nó nhắm đến việc luận giải *một cách hợp lý* tác động của nghiệp quả trong giai đoạn giữa cái chết và sự tái sinh. Luận thuyết về sự tái sinh từ lâu đã được mặc nhiên chấp nhận như là sự thiết yếu cho sự sống của con người - vì tất nhiên không có ai thật lòng muốn nghĩ rằng sự chết là dấu chấm hết cho tất cả mọi chuyện. Nhưng vấn đề này lại hình như rất thường bị xem là phản đề của sự hợp lý, vì cho đến nay nó vẫn còn là một sự bí ẩn.

Tiến sĩ *L. A. Waddell*, sau một thời gian dài nghiên cứu đã phải thốt lên rằng: "*Các vị Lạt-ma Tây Tạng, bằng vào giáo lý của đức Phật, đã có thể hé mở cho chúng ta thấy được ý nghĩa của nhiều sự việc người Âu Tây hầu như không thể nào hiểu được.*"

Một số các vị *Lạt-ma* uyên bác, như cố *Lạt-ma Kazi Dawa Samdup* đã giải thích rằng: "*Trong giai đoạn ban đầu, Phật giáo đã có một quy tắc tượng trưng bí mật, được sử dụng trong việc truyền trao giáo pháp. Nó là chìa khóa để mở ra ý nghĩa sâu kín của những giáo lý bí ẩn, và được giữ gìn kỹ lưỡng trong các cộng đồng tôn giáo ở Ấn Độ, Tây Tạng, Trung Hoa, Mông Cổ và Nhật Bản.*"

Có lẽ cũng tương tự như thế, các nhà thần bí học phương Tây đã xem những loại chữ tượng hình của *Ai Cập* thuở xưa và của *Mexico* như là một hình thức tượng trưng phổ thông và công truyền của ngôn ngữ bí mật. Họ cũng nói rằng có một *qui tắc tượng trưng* đôi khi đã được *Platon* và những triết gia Hy Lạp khác dùng trong quan hệ của các khoa âm nhạc và toán học. Trong thế giới người *Celtes*, các thầy cúng đã lưu lại tất cả các giáo điều bí truyền của họ bằng cách *tượng trưng*. Việc sử dụng tỷ dụ trong các bài thuyết giảng của Chúa *Jésus*, của đức Phật và của các vị đại đạo sư khác cũng cho thấy cùng một khuynh hướng ấy. Và qua các tác phẩm ngụ ngôn của *Esope*, các phép mầu và những sự việc huyền diệu được diễn lại tại Nam Âu, thì nhiều biểu tượng xưa kia của phương Đông đã được đưa vào trong nền văn học tân tiến của phương Tây.

Điều không thể phủ nhận được là ngôn ngữ thông thường, với tất cả mọi hình thái của nó cũng không sao có thể diễn đạt được trọn vẹn các hệ thống tư tưởng lớn, các giáo lý siêu việt, hay thậm chí là ý nghĩa của những câu cách ngôn về đạo đức.

Rất nhiều những biểu tượng được sử dụng từ xa xưa ngày nay vẫn còn có thể nhìn thấy được, nhưng không ai hiểu được ý nghĩa ban đầu của chúng. Như những hình tượng cừu con, rồng, rắn, chim bồ câu... trên các bàn thờ; hoặc hình tam giác vây quanh con mắt nhìn phổ quát thường thấy ở hội bí mật *Franc-Macnnerie*, châu Âu; hoặc biểu tượng linh thiêng của con cá, lửa vĩnh cửu, hay hình ảnh mặt trời mọc trên điện thờ, các biểu tượng thuộc cấu trúc về hướng nhà thờ và thánh đường, cả đến thánh giá hình chữ thập... và các màu sắc, hình vẽ trên lễ phục của các cha cố và giáo hoàng... đều là những chứng tích thầm lặng còn sống sót của những biểu tượng *vô tín ngưỡng* xưa kia - chúng thật ra là một loại hình *ngôn ngữ siêu ngôn ngữ* - mà đến nay vẫn tồn tại trong các nhà thờ hiện đại thuộc Cơ Đốc giáo. Nhưng ý nghĩa bí mật hàm chứa trong các biểu tượng được *Cơ Đốc hóa* ấy đã bị vất bỏ đi một cách vô ý thức. Các giáo sĩ không hiểu được ý nghĩa của chúng đã hội họp với nhau thành những hội nghị để *diệt trừ tà thuyết*, trong khi thật ra chúng chỉ là những ý nghĩa có tính cách bí truyền.

Phật giáo Bắc tông thường sử dụng những biểu tượng rất sống động trong sự truyền pháp, đã phải chịu sự chỉ trích của Phật giáo Nam tông rằng họ tự cho mình là người giữ giáo lý bí truyền. Nhưng thực ra thì giáo lý bí truyền ấy đã được trực tiếp truyền lại từ đức Phật qua các thế hệ liên tục nối tiếp nhau, bằng vào những bậc thầy chứng ngộ, hiểu rõ được ý nghĩa bí truyền do đức Phật truyền dạy. Mặc dù Bắc tông khẳng định rằng chỉ có thể có *một lối giải thích* về các lời giáo huấn của đức Phật theo văn tự, nhưng thực tế thì ngay trong các kinh điển *Pali* cũng hàm chứa rất nhiều ngụ ngôn, ẩn dụ, mà một số trong đó đã được các vị *Lạt-ma* xem như là sự xác nhận những ý nghĩa tượng trưng trong truyền thống bí truyền của riêng họ. Không phải là vô cớ khi các vị này nói rằng, họ có được cái *chìa khóa đầu tiên* để mở ra các ý nghĩa bí truyền của giáo lý do đức Phật truyền dạy.

Các vị *Lạt-ma* thừa nhận rằng *ba tạng kinh điển* là lời giảng thuyết của đức Phật đã được *ghi chép bằng văn tự* để làm giáo lý truyền dạy. Phật giáo Bắc tông, Phật giáo nguyên thủy[1] cũng tán thành như vậy. Nhưng các vị *Lạt-ma* nói thêm rằng, ba tạng kinh điển *không chứa đựng tất cả* những lời dạy của Phật; trong đó còn thiếu một số các lời dạy về pháp môn *Du-già*, mà vẫn được bí truyền cho đến ngày nay. Phật giáo *Mật tông* nhận là đã được chân truyền theo *phương thức truyền khẩu* những giáo lý thuộc loại này.

Trong kinh tạng *Pali* có nói rằng, đức Phật không hề giữ lại bất cứ điều gì bí mật cả. Điều đó có nghĩa là, ngài không giấu bất cứ điều gì về giáo lý thiết yếu cần phải truyền dạy cho giáo hội *Tăng-già*, nhằm có thể giúp cho đệ tử của ngài có thể được chứng ngộ. Tuy nhiên, điều này không có nghĩa là tất cả những lời dạy của ngài đều đã được *ghi chép bằng văn tự*. Hay nói cách khác, người ta không ghi chép được hết các lời dạy của ngài trong kinh điển.

[1] Đây muốn nói đến hệ phái Theravāda.

Thực tế là chính đức Phật cũng không hề viết ra một lời dạy nào. Chỉ nhiều thế kỷ sau khi ngài tịch diệt, các đệ tử của ngài mới ghi chép những lời dạy của ngài thành kinh điển. Vô tình hay cố ý, có thể họ đã không ghi lại hết những gì mà ngài đã dạy cho họ. Hoặc nếu không phải là như vậy, thì hẳn có một số giáo lý của Phật đã *không bao giờ* được truyền dạy cho những người không thuộc giáo hội *Tăng-già*, theo như truyền thống mà đến nay các vị *Lạt-ma* vẫn còn giữ theo. Trong trường hợp đó, chúng ta phải thừa nhận là có một *giáo lý bí truyền* của Phật giáo *không nằm trong kinh điển*. Giáo lý bí truyền, nếu hiểu theo cách này, thì không thể xem là không hòa hợp với phần *giáo lý công truyền* trong kinh điển, mà phải là có một mối liên hệ tương quan với nhau, như toán học cao cấp có liên hệ với toán học giản dị vậy.

Quyển sách này, lần đầu tiên được công bố, là một trong những bằng chứng cụ thể cho lời tuyên bố của các vị *Lạt-ma* về việc có những giáo lý do chính đức Phật truyền dạy đã không được ghi chép, mà chỉ được truyền khẩu để bổ túc cho phần giáo lý được ghi trong kinh điển.

Trong quyển sách này, chúng ta thấy có những ý nghĩa bí ẩn được thể hiện qua sự tượng trưng bằng con số - số 49, bình phương của thánh số 7. Theo giáo lý đã có từ xưa của Ấn Độ giáo, một phần nào đó đã để lại ảnh hưởng trong Phật giáo, có 7 thế giới hay là 7 trình độ *giả huyễn* trong vòng sinh tử luân hồi, mỗi thế giới lại gồm có 7 khối cầu của một chuỗi hành tinh. Trên mỗi khối cầu có 7 vòng tiến hóa: 7 lần 7 thành 49 trạm dừng để sanh sống hoạt động; cũng như từ tinh trùng đến lúc thành thân người, thai nhi phải trải qua các hình thái của cấu trúc cơ thể mới đạt đến hình dạng cao nhất của loài có vú. Như vậy, trong tình trạng sau khi chết, thực trạng phôi thai của thế giới tâm lý là *thần thức*, hay dạng nguyên sơ nhất của ý thức, trước khi trở lại trong thế giới vật chất thô nặng, nhất thiết phải trải qua các trạng thái *tâm lý thuần túy* một cách có tương quan với thế giới vật chất. Nói một cách khác, trong hai tiến trình phôi thai tùy thuộc lẫn nhau, có liên quan với nhau - tức là vật lý và tâm lý - thì sự tiến hóa được thông suốt hay trở ngại đều có tương ứng với 49 thời kỳ chuyển tiếp mà *thần thức* phải trải qua.

Cũng giống như vậy, 49 ngày của *thân trung ấm* có thể tượng trưng cho 49 quyền năng bí mật của 7 nguyên âm. Trong thần thoại Ấn Độ, từ đó xuất phát nhiều cách tượng trưng cho *thân trung ấm*. Các nguyên âm ấy trở thành sự huyền diệu của lửa và 49 hình thái của lửa. Chúng cũng được thể hiện bằng dấu hiệu *Svastika*[1] trên 7 đầu rắn, tiêu biểu cho tính chất thường hằng của sự huyền diệu trong Phật giáo Bắc tông, và sự huyền diệu này có nguồn gốc từ Ấn Độ giáo cổ xưa. Trong các bài viết về

[1] Svastika, hay Śrivatsalakṣaṇa tiếng Sanskrit được người Trung Hoa dịch là cát tường (吉祥), chính là chữ vạn (卍) thường dùng trong Phật giáo.

thuật luyện kim đã được giữ kín thì các dạng khác nhau của lửa chính là 7 trạng thái trải qua sau khi chết, hay là những trạng thái của *thân trung ấm*. Mỗi kinh nghiệm tượng trưng cho một lần trải qua trạng thái chuyển tiếp từ một trong 7 yếu tố riêng biệt của nguyên lý ý thức phức tạp. Như vậy, chúng tạo ra cho nguyên lý ý thức 49 trạng thái khác nhau được biểu thị bằng các dạng thức của lửa. Số 7 là một thánh số từ rất xa xưa của chủng tộc *Aryen* và một số chủng tộc khác. Việc sử dụng nó trong những phát lộ của thánh *Jean* cũng giải thích thêm về điều này, cũng như quan niệm về ngày thứ 7 đã được xem là ngày thánh. Trong thiên nhiên, số 7 quản trị các định kỳ, các hiện tượng của sự sống, cũng như các nhóm hóa chất, các âm và các màu trong vật lý học. Và chính giáo lý về thân trung ấm đã có căn cứ một cách khoa học dựa trên số 49, hay là 7 lần 7.

Một điều nổi bật khác trong quyển sách này là những khái niệm về 5 yếu tố.[1] Sự giải thích về 5 yếu tố này, một cách đáng kinh ngạc, lại rất gần với những hiểu biết hiện nay của khoa học phương Tây. Chúng ta có thể thấy được điều này trong lời giải thích sau đây của *Lạt-ma Kazi Dawa Samdup*:

"Vào thời kỳ đầu tiên của hành tinh chúng ta, chỉ có một yếu tố chuyển biến, đó là lửa. Theo định luật

---

[1] Chính là khái niệm Tứ đại (bốn yếu tố lớn), gồm có đất (tượng trưng cho trạng thái rắn), nước (tượng trưng cho trạng thái lỏng), gió (tượng trưng cho trạng thái chuyển động), lửa (tượng trưng cho năng lượng), cộng thêm với yếu tố không là yếu tố thứ năm và cũng là yếu tố bao quát tất cả.

của nghiệp tác động vào sự sanh diệt nơi tiểu vũ trụ, bụi mù của lửa bắt đầu tự xoay chuyển và trở thành một khối hình cầu nóng bỏng, gồm các nguyên tố chưa phân biệt, còn tất cả các yếu tố khác đều đang ở trong trạng thái phôi thai. Sự sống ban đầu được bao phủ hoàn toàn trong lửa, và nếu như có một chúng sanh nào đó hiện hữu vào thời kỳ này thì chúng sanh ấy phải có thân thể bằng lửa. (Những huyền thoại ở phương nam tin rằng người *Salamandres* có thân bằng lửa.)

"Vào thời kỳ tiến hóa thứ hai, khi yếu tố lửa đã có một hình dáng xác định thì yếu tố không khí tự tách rời khỏi lửa và bao quanh cái mầm hành tinh như một vỏ trứng bao quanh ruột trứng. Thân thể của mọi chúng sanh vào lúc ấy đều gồm có lửa và không khí.

"Vào thời kỳ tiến hóa thứ ba, sự chuyển động của yếu tố không khí làm biến đổi, giảm đi tính chất nóng bỏng của hành tinh, và yếu tố nước thoát ra khỏi không khí.

"Vào thời kỳ tiến hóa thứ tư, là thời kỳ hiện nay còn đang kéo dài, không khí và nước làm trung hòa hiệu năng của lửa, nên lửa tạo ra yếu tố đất bao quanh nó."

Nghiên cứu thần thoại cổ xưa của Ấn Độ cũng thấy có những lời giải thích tương tự trong việc đánh sữa thành bơ: sữa trong thần thoại là bụi mù của lửa và từ đó thoát ra bơ và đất. Đất được thành lập xong, các vị thiên thần tự nuôi sống bằng đất nên hiện thân thô nặng trên hành tinh này và trở thành tổ tiên ban sơ của loài người.

Vào 4 ngày đầu tiên sau khi chết, 4 yếu tố *đất, nước, gió, lửa* được biểu hiện trong hình thức ban sơ của chúng đối với người chết. Còn một yếu tố thứ năm không hiện ra là yếu tố *không*, yếu tố bao quát tất cả, được thể hiện trong hình thái ban đầu của nó, với biểu tượng như là ánh sáng màu xanh lục của *Thành sở tác trí*. Trong sách giải thích rằng sở dĩ yếu tố này không hiện ra là vì tâm thức của người chết chưa đạt đến sự phát triển hoàn toàn.[1] Yếu tố thứ năm bao quát này được nhân cách hóa thành đức Phật Đại Nhật.

Để diễn tả quan niệm của các vị *Lạt-ma* theo danh từ tâm lý học của phương Tây thì yếu tố này có thể gọi là *tiềm thức*. Tiềm thức là tâm thức siêu việt, cao hơn ý thức bình thường và chưa được phát triển đầy đủ, nó là hạt giống tiềm tàng của năng lực giác ngộ, và sẵn sàng trở thành ý thức hoạt động trong thời gian thích hợp. Sự ghi nhận trong ký ức - hay đúng hơn là tâm thức - tất cả các tiền kiếp, tất cả những trạng huống đã qua của cuộc sống luân hồi, đều ẩn tàng trong *tiềm thức*,[2] theo như lời dạy

---

[1] Đây là nói chung về những người bình thường chưa có sự tu tập đạt đến chứng ngộ.

[2] Theo Duy thức học thì có vẻ như tác giả đang đi vào khái niệm về A-lại-da thức, hay Tạng thức, còn được gọi là thức thứ tám (Đệ bát thức). Thật ra thì khái niệm tiềm thức trong Tâm lý học phương Tây thường được hiểu một cách hạn chế hơn, chỉ là phần sâu nhất của ý thức.

của chính đức Phật. Một khi tiềm thức có đủ điều kiện để bừng dậy trở thành hoạt động, các hạt giống (chủng tử) hàm chứa trong nó sẽ có thể được nhớ lại qua tất cả các tiền kiếp. Khi đạt đến sự giác ngộ và giải thoát khỏi vòng sanh diệt của các yếu tố, thể nghiệm được tính cách không thực, hư huyễn của kiếp sống luân hồi, con người sẽ tự mình đạt đến trạng thái này.

Mục đích tu tập của mọi trường phái *Du-già* ở Ấn Độ hay Tây Tạng, hoặc theo như được truyền dạy trong sách này, là cố gắng đạt được trạng thái giải thoát đó.

Trong thân thể con người có đủ sự hiện diện của bốn yếu tố cấu thành thế giới vật chất, đó là các yếu tố: *lửa, gió, nước* và *đất*. Những yếu tố này không phải bao giờ cũng hoàn toàn hòa hợp với nhau. Vì thế, sự tồn tại và hoạt động của chúng được đặt dưới sự chi phối tổng quát của tâm thức con người. Nếu là vị chỉ huy tài giỏi, có đầy đủ ý thức siêu việt như một vị tu tập *Du-già* đắc đạo, hay một bậc thánh triết, thì các yếu tố trực thuộc này sẽ thường xuyên bộc lộ bản chất thực sự của chúng, và như vậy là đặt trong tay vị chỉ huy chiếc quyền trượng - được tượng trưng bằng chày Kim Cang - của sự chi phối tổng quát trên thế giới vật chất. Được như vậy, con người thật sự là vị chúa tể của thiên nhiên, vì theo sự giải thích của thần quyền, chính ở trạng thái này con người trở thành một đấng toàn năng, một vị Chuyển luân thánh vương, Thượng đế hay Đấng sáng tạo.

Quyển sách này cũng hàm chứa các yếu tố cơ bản của Phật giáo Đại thừa, với hình thức cốt lõi nhất của chúng. Có thể tạm phác họa như sau:

1. Về tánh Không: Trong tất cả các hệ thống giáo lý *Du-già* của Tây Tạng thì sự thể nghiệm được *tánh Không* là mục tiêu rất lớn. Bởi vì, sự thể nghiệm ấy là sự đạt đến *pháp thân tuyệt đối*. Đó là trạng thái *uyên nguyên không tạo tác* của tâm *bồ-đề* xuất thế, hay là Phật tánh.

2. Về ba thân Phật: Trong giáo lý về ba thân Phật, *Pháp thân* là thân siêu việt nhất của tất cả chư Phật và các chúng sanh đã được giác ngộ hoàn toàn. Còn hai thân khác là *Báo thân*, thân có đầy đủ công năng, và *Hóa thân*, thân mà tất cả chúng sanh đều có thể nhận biết được bằng mắt thường.

Pháp thân chỉ có thể được mô tả bằng phương thức tượng trưng, bởi vì tất cả ngôn ngữ và quan niệm của người đời đều không thể diễn tả được trọn vẹn. Hình ảnh tượng trưng đó là một đại dương mênh mông không giới hạn, lặng yên tịch tĩnh, không có một đợt sóng nào; từ đó bốc lên những sương mù, mây và cầu vồng, tượng trưng cho *Báo thân*; mây và sương mù lại được soi sáng bằng sự chiếu tỏa của cầu vồng, nên ngưng tụ lại và rơi xuống thành mưa, tượng trưng cho *Hóa thân*.

Pháp thân là *bồ-đề* uyên nguyên không hình tượng, là sự thực chứng, không có bất cứ một tì vết hay sự tối tăm che lấp nào. Trong *pháp thân* có bản thể của vũ trụ, bao hàm cả sinh tử và *Niết-bàn*. Hai pháp này - sinh tử và *Niết-bàn* - với dạng biểu hiện thông thường vẫn được xem như là hai cực đối nhau của ý thức, nhưng khi được phân tích đến mức tột cùng thì chúng là đồng nhất.

Pháp thân là trí tuệ *bồ-đề*, sáng suốt, vô ngại, thường tồn, bất biến.

Báo thân là sự hiển bày thiện nghiệp của chư Phật, như các đức Phật đang hiện thân giáo hóa ở các cõi Tịnh độ của các ngài.

Hóa thân, hay cũng gọi là *Ứng thân*, là thân Phật do lòng từ bi muốn cứu độ chúng sanh mà thị hiện trong các cõi thế giới uế trược, nhiều tội lỗi, như Phật *Thích-ca Mâu-ni* đản sanh trên trái đất này.

Như vậy, thực tánh không tạo tác, không hình tướng, thường tồn không biến đổi là *Pháp thân*.

Sự hiển lộ tất cả các thuộc tính hoàn hảo của *Pháp thân* trong một thân thể mà chúng sanh có thể nhận biết được là *Báo thân*.

Sự thể hiện của *Pháp thân* trong cõi thế giới này thành nhiều thân khác khau với đầy đủ các tính chất phàm tục của nhân loại, nhằm mục đích giáo hóa, cứu độ cho chúng sanh, đó là *Hóa thân*.

Pháp thân được tượng trưng bằng hình ảnh đức Phật Đại Nhật (*Vairocana*). Báo thân được tượng trưng bằng đức Phật *A-di-đà* (*Amita*) với ánh sáng vô lượng chiếu suốt khắp thế giới. Và sự giáo hóa của đức Phật *Thích-ca Mâu-ni* ở thế giới *Ta-bà* này được xem như là biểu tượng rõ nét nhất của Hóa thân.

Trong Phật giáo Tây Tạng, *Hóa thân* còn được kết hợp với ngài Liên Hoa Sanh (*Padmasambhāva*), là vị thầy đầu tiên đã giảng dạy giáo lý về *thân trung ấm* ở Tây Tạng. Ngài được những người tin vào giáo lý này tôn xưng là *Đại giáo chủ*.

Như vậy, giáo lý về *Ba thân Phật* là một nét đặc trưng của Phật giáo Bắc tông. Trong Phật giáo Nam tông, chúng ta thấy có ba khái niệm tương ứng là Phật, Pháp, Tăng. Về mặt giáo lý, hẳn phải có sự tương quan nhất định giữa hai hệ thống đó.

Lạt-ma Kazi Dawa Samdup cho rằng giáo lý *Ba thân* đã lưu truyền qua một sự tiếp nối không đứt đoạn của chư vị tổ sư được truyền thụ, từ Ấn Độ sang Tây Tạng. Chuỗi truyền thừa ấy đã khởi sự từ đức Phật và được tiếp nối không dứt cho đến ngày nay. Vị *lạt-ma* này cũng cho rằng, chính khi đức Phật truyền dạy giáo lý ấy là ngài đã tiếp nhận từ chư Phật xưa kia. Vì giáo lý này chỉ được truyền khẩu từ bậc thầy này sang bậc thầy khác mà không bao giờ được ghi chép ra. Chỉ cho đến thời gian tương đối gần đây, khi Phật giáo đã suy yếu đi, không có bậc thầy nào sống còn để truyền dạy nó theo phương thức xưa kia nữa.

Các học giả phương Tây thường quan niệm rằng: "*Nếu không thể tìm được bất cứ dấu vết nào của một văn bản trước đây nói về một giáo lý, thì giáo lý ấy tất nhiên là trước đó chưa từng hiện hữu.*" Với tư cách là một người đã được truyền thụ giáo lý bí truyền, *Lạt-ma Kazi Dawa Samdup* cho rằng quan niệm ấy thật đáng buồn cười.

Giáo lý *Ba thân* được xem như sự chỉ dạy về con đường của các bậc đạo sư đi từ thượng đẳng đến hạ đẳng, từ *Niết-bàn* đến sinh tử; và sự tu tiến từ hạ đẳng đến thượng đẳng, từ sinh tử đến *Niết-bàn*. Trong *luận vãng sinh*, điều này được tượng trưng bằng 5 đức *Thiền-na* Phật, mỗi vị nhân cách hóa một thuộc tính thánh thiện phổ quát. Ẩn kín trong 5 đức *Thiền-na* Phật là con đường thánh thiện dẫn đến sự hòa hợp trong *Pháp thân* nơi thực tánh Phật, dẫn đến sự chứng ngộ *Niết-bàn*, tức là về tinh thần được giải thoát khỏi mọi ham muốn.

3. Về Năm trí:

a. Pháp giới trí:

Pháp thân vốn không có hình tướng, là thực tại cuối cùng của chân lý, của pháp giới; nó cũng được xem là mầm mống tiềm tàng của chân lý. Trong luận vãng sinh mô tả rằng, *Pháp thân* sẽ lóe sáng trong ngày đầu của *thân trung ấm* như là một thứ ánh sáng màu xanh dương tốt đẹp của đức Phật Đại Nhật, vị Phật làm hiển lộ thế giới vật chất, làm cho thế giới ấy trở thành có hình tượng, có thể trông thấy được. Nói "*pháp giới*" là để tượng trưng cho thế giới vật chất giả hợp thành hình tướng. Từ vật chất giả hợp hiện ra các sanh vật của thế giới này và của tất cả các thế giới. Trong các sanh vật ấy thì sự ngu độn của cảnh giới súc sanh là nổi bật, ảo giác hay sự mê lầm về hình tướng bắt đầu tạo tác, làm nên các cảnh giới của vòng luân hồi, cũng như cảnh giới tri thức của loài người, mà muốn thoát khỏi sự lệ thuộc vào đó thì chỉ có *Niết-bàn*. Khi một người cố gắng đạt đến sự hoàn hảo bằng vào sự tu tập đúng hướng trong suốt đời sống của mình, thì sự ngu độn của thú tính kia và ảo tưởng về hình tướng hay sự chấp ngã đều được chuyển hóa thành cái biết đúng đắn, thánh thiện; cái trí thâm nhập khắp *Pháp giới - Pháp giới trí* - đó sẽ lóe sáng trong tâm thức người ấy.

b. Đại viên cảnh trí:

Giống như vật chất giả hợp chói sáng trong *thân trung ấm* vào ngày thứ nhất tạo ra các vật thể, yếu tố nước sẽ chói sáng trong ngày thứ hai tạo ra dòng sinh động là máu. Sự giận dữ và sự đam mê của nó thường làm mờ ám tâm trí. Ý thức giả hợp với tâm sân hận, hai yếu tố này một khi được chuyển hóa thì sẽ trở thành *Đại viên cảnh trí*, được nhân cách hóa thành *Kim Cang tát-đỏa*, là ánh sáng phản chiếu trong báo thân của đức Phật *Bất Động*.

c. Bình đẳng tánh trí:

Trong ngày thứ ba, yếu tố đất - vốn tượng trưng cho các chất rắn chắc đã cấu tạo thành hình thể con người và mọi hình dáng của vật chất - làm phát sanh ra sự kiêu mạn. Xúc giác giả hợp với tâm kiêu mạn, hai yếu tố này một khi được chuyển hóa thì sẽ trở thành *Bình đẳng tánh trí*, được nhân cách hóa thành đức Phật *Bảo Sanh*.

d. Diệu quán sát trí:

Trong ngày thứ tư, yếu tố lửa - tượng trưng cho mọi nguồn năng lượng của người và động vật - làm phát sanh ra sự đam mê tham luyến, sự thèm muốn, hay tâm tham dục. Sự chuyển hóa tâm tham dục sẽ trở thành *Diệu quán sát trí*, được nhân cách hóa thành đức Phật *A-di-đà* là đức Phật có ánh sáng vô biên, soi sáng khắp thế giới.

e. Thành sở tác trí:

Trong ngày thứ năm, yếu tố gió, hay sự chuyển động của không khí - yếu tố đã tạo thành hơi thở và sự chuyển động của cuộc sống - tạo ra sự ganh ghét. Sự chuyển hóa tâm ganh ghét này sẽ trở thành *Thành sở tác trí*, được nhân cách hóa thành đức Phật *Bất Không Thành Tựu.*

Sự hoàn hảo của nguyên lý tư tưởng thánh thiện dẫn đến sự *bất thối chuyển* thánh thiện, được tượng trưng bằng đức Phật *Đại Nhật.* Sự hoàn hảo của những đặc tính tốt đẹp được tượng trưng bằng đức Phật *Bảo Sanh.* Và sự hoàn hảo của những hành động thánh thiện được tượng trưng bằng đức Phật *Bất Không Thành Tựu.*

Được mô tả giống như trong một kịch bản, người chết liên tiếp nhìn thấy từ cảnh này đến cảnh khác, mỗi cảnh trình diễn một thuộc tính thánh thiện hay nguyên lý bẩm sanh vốn có trong mọi thực thể con người, để thử thách từng người và làm bộc lộ rõ một phần nào đó trong tâm thức của họ đã được phát triển như thế nào. Sự phát triển trọn vẹn *Năm trí* hay 5 năng lực giác ngộ được nhân cách hóa thành hình tượng 5 vị Phật, dẫn đến sự giải thoát, hay sự thể nhập Phật tánh. Sự phát triển từng phần sẽ đưa đến sự tái sinh trong một cảnh giới cao hơn trong lục đạo, chẳng hạn như cõi trời hay cõi người...

Sau ngày thứ năm thì các cảnh được nhìn thấy của *thân trung ấm* sẽ trở nên mỗi lúc một kém thánh thiện hơn. Người chết càng ngày càng chìm trong bùn lầy ảo tưởng luân hồi. Ánh sáng lóe chiếu của những bản chất thánh thiện tự xóa mờ dần thành ánh sáng của bản thể hạ đẳng. Lúc bấy giờ, giấc mộng sau cái chết chấm dứt theo sự tiêu tan của tình trạng chuyển tiếp, đối với người nhận biết nó. Vì các tưởng tướng được tích chứa trong tâm thần, tất cả đều đã hiện ra như các quái tượng của một cơn ác mộng, nên người chết từ trạng thái chuyển tiếp bước dần sang trạng thái giả dối, tức là sự tái sinh vào thế giới loài người, hay một trong nhiều cảnh giới của lục đạo.

Vòng bánh xe của cuộc luân hồi cứ xoay vòng liên tục như thế cho đến khi nào kẻ dính mắc vào đó có thể tự mình dứt bỏ được các mối dây ràng buộc, nhờ vào sự giác ngộ mà đi đến chỗ chấm dứt mọi đau khổ, trói buộc.

Một điều cần lưu ý nữa là, quyển sách này sẽ được tiếp nhận một cách dễ dàng hơn nếu như người đọc đã tìm hiểu qua các hình thức tang lễ của xứ Tây Tạng cùng với những ý nghĩa tượng trưng của chúng. Phần sau đây sẽ trình bày một cách tóm lược để giúp người đọc có được một cái nhìn khái quát về vấn đề này.

Sau khi các triệu chứng của cái chết đã hiện ra như được mô tả trong những trang đầu của sách, người ta lấy một tấm *drap* trắng phủ lên mặt người chết. Lúc bấy giờ, sẽ không ai động chạm đến thân thể người chết nữa, để cho tiến trình của cái chết không bị gián đoạn, bởi vì tiến trình này chỉ chấm dứt khi *thân trung ấm* hoàn toàn ra khỏi xác thân. Người ta tin rằng tiến trình này được kéo dài bình thường từ ba ngày rưỡi đến bốn ngày. Nếu không có sự giúp sức của một vị tu sĩ thì người chết thông thường phải trải qua trọn thời gian ấy mới biết là mình không còn có thân người nữa.

Vị tu sĩ đến làm công việc giúp sức cho người chết được người Tây Tạng gọi là *Phô-ô*. Khi vị này đến, ông ngồi trên một chiếc chiếu hay trên một chiếc ghế đặt bên cạnh đầu của người chết. Những thân thuộc của người chết đều phải ra khỏi phòng đặt tử thi và đóng hết các cửa sổ, cửa ra vào lại để giữ yên lặng trong khi tiến hành việc giúp thần thức ra khỏi xác thân.

Vị *Phô-ô* làm việc này bằng cách tụng đọc kinh điển có ý nghĩa chỉ dẫn cho người chết hướng về cõi Cực Lạc ở phương tây của đức Phật *A-di-đà* để thoát khỏi trạng thái phải mang *thân trung ấm*. Vị này khuyên dạy thần thức trong lúc thoát xác đừng quyến luyến tài sản, thân quyến. Sau đó, vị này quan sát trên đỉnh đầu của người chết, nơi giao tiếp giữa hai phần của đỉnh sọ gọi là cửa *Brahma*, để xác định sự thoát ra của thần thức. Nếu đầu của tử thi không bị hói thì vị này sẽ nhổ đi một ít tóc ở vị trí này. Nếu người chết do tai nạn hay vì một lý do nào khác mà thi hài không có tại nơi hành lễ thì vị này phải tập trung tinh thần, quán tưởng cho đến khi có thể nhìn thấy thân người chết như thật, rồi mới gọi thần thức người ấy đến để khuyên dạy và tiến hành cuộc lễ trong khoảng một giờ.

Vào lúc ấy, một vị *lạt-ma* giỏi về chiêm tinh, được gọi là *Tsi-pa*, sẽ được mời đến để quyết định về giờ giấc sẽ di chuyển thi hài người chết, cũng như việc phải đặt thi hài như thế nào là tốt nhất, đồng thời xác định cả giờ giấc và phương thức tiến hành tang lễ, cùng với các nghi thức để có lợi cho người chết.

Thi hài người chết thường phải được cột trong tư thế ngồi, giống như tư thế của những bộ xương hay xác ướp đã được tìm thấy trong các ngôi mộ rất xưa ở nhiều nơi trên thế giới. Tư thế đó được gọi là hình *phôi thai*, tượng trưng cho sự tái sinh vào một đời sống khác. Sau đó, thi hài được đặt trong một góc phòng của người chết, không phải là góc phòng của vị thần nhà.

Bạn bè và thân quyến của người chết tụ họp trong nhà và ăn uống, ở lại đó cho đến khi thi hài người chết được mang đi. Nếu việc thần thức hoàn toàn thoát ra khỏi xác thân chưa được vị *Phô-ô* xác định chắc chắn thì chưa được động chạm đến thi thể người chết trước ba ngày rưỡi hoặc bốn ngày sau khi chết. Trong khi vẫn còn người đến dự tang lễ thì người ta tiếp tục cúng cơm cho người chết vào mỗi bữa ăn. Thức ăn được đặt trong một cái bát để trước thi hài, và sau khi tin rằng người chết đã hưởng hết phần tinh túy vô hình của thức ăn, người ta mang thức ăn ấy đổ đi.

Sau khi thi hài người chết được mang đi rồi thì một bức ảnh của họ được thay thế vào đó, và trước bức ảnh ấy, người ta tiếp tục dâng cúng thức ăn cho đến hết thời gian 49 ngày. Đây chính là quãng thời gian mà thần thức được tin là phải trải qua giai đoạn mang *thân trung ấm*.

Trong lúc tiến hành tang lễ, tập *Luận vãng sinh* này được tụng đọc trong nhà người chết, hoặc tại nơi họ đã chết. Các vị *lạt-ma* luân phiên nhau tụng đọc suốt đêm ngày để giúp cho thần thức người chết hướng về cõi Cực Lạc phương tây của đức *A-di-đà*. Việc cầu nguyện cho người chết cũng được tiến hành tại ngôi chùa mà lúc sanh tiền người chết thường lui tới, và thường do các vị tu sĩ ở chùa ấy tổ chức.

Sau lễ an táng, các vị *lạt-ma* vẫn còn trở lại nhà người chết mỗi tuần một lần để tiếp tục tụng đọc *Luận vãng sinh* cho đến hết thời gian 49 ngày.

Người chết thường được vẽ hình ngồi trên một chiếc ghế gỗ với quần áo tươm tất. Trước mặt bức ảnh này, người ta đặt một hình vẽ khác gọi là *Spyang-pu*. Trong *Spyang-pu* có vẽ tượng trưng hình người chết ở giữa, hai chân được cột lại trong tư thế sùng kính, chung quanh có những vật biểu tượng cho năm đối tượng tuyệt hảo của các giác quan: *thứ nhất* là một cái gương soi, biểu tượng cho thân, phản ảnh các hiện tượng và cảm giác, nhất là thị giác; *thứ hai* là một cái vỏ ốc, *thứ ba* là một cái đàn 7 dây, hai vật này biểu tượng cho âm thanh; *thứ tư* là một cái lọ hoa, tượng trưng cho khứu giác; và *thứ năm* là các áo quần bằng lụa và đồ trang sức với lọng che trên đầu, tượng trưng cho xúc giác. Các món ăn dâng cho người chết đều để trước ảnh này, các vị *lạt-ma* xem ảnh tượng này như là người đã chết và đọc *Luận vãng sinh* này ở phía trước ảnh.

Hình *Spyang-pu*

Sau thời gian nghiên cứu ở Tây Tạng và nhất là sau 3 năm nghiên cứu các truyền thống tang lễ ở vùng sông *Nil*, tôi phát hiện ra rằng ảnh tượng của người chết được dùng ở Tây Tạng và ở *Sikkim* hoàn toàn giống với loại ảnh tượng được gọi là "*tượng của*

Osiris", tức là của người chết, vẫn được sử dụng ở Ai Cập. Hai loại ảnh tượng này có chung một nguồn gốc, và đều nhắm đến việc giúp cho linh hồn người chết có được một nơi nương tựa và hướng dẫn họ đi trong thế giới sau khi chết.

Nơi gần bên vai trái của hình người chết ở giữa *Spyang-pu*, hoặc đôi khi là ngay ở giữa, phía dưới, người ta khắc các chữ tượng âm, liên hệ đến 6 cõi trong luân hồi, được tạm diễn dịch như sau:

S → *Sura*, cõi trời, cảnh giới của chư thiên

A → *Asura*, cảnh giới *A-tu-la*

Na → *Nara*, cảnh giới loài người

Tri → *Trisan*, cảnh giới súc sanh, loài vật

Pre → *Pretam*, cảnh giới ngạ quỷ

Hu → *Hung*, cảnh giới địa ngục.

Sau khi tang lễ chấm dứt, tức là sau 49 ngày, hình vẽ *Spyang-pu* được mang ra đốt một cách trịnh trọng trên ngọn lửa của một ngọn đèn thắp bằng bơ, và người ta chào linh hồn người chết lần cuối cùng với những lời vĩnh biệt. Tùy theo màu sắc của ngọn lửa cháy lên mà người ta đoán biết số phận của người chết. Tro tàn của hình đã đốt được thu lượm vào trong một chiếc đĩa, người ta trộn tro ấy với đất sét, và dùng đất ấy để nắn hình những cái tháp nhỏ, gọi là *sa-tscha*. Một trong số những tháp ấy được để nơi bàn thờ ở nhà, số còn lại được đặt nơi có bóng mát ở các ngã tư, hay trên một đỉnh đồi, hoặc trong một hang đá, thường thì ở dưới một tảng đá to nhô ra.

Đồng thời với việc đốt hình *Spyang-pu*, người ta phá hủy ảnh tượng người chết, và quần áo thì được hiến cho các vị *lạt-ma* để bán cho người nào đến mua đầu tiên, và tiền bán được các vị ấy giữ lấy xem như tiền tạ lễ.

Được tròn một năm, người ta làm lễ tạ cho người chết. Đó là lễ tạ ơn chư Phật đã cứu độ người chết. Và sau thời gian đó, nếu là một người góa phụ thì có thể đi lấy chồng.

Phương thức hỏa thiêu thi hài người chết rất phổ biến ở Tây Tạng, nhưng thường vì thiếu chất đốt nên người ta có thể đưa xác lên một ngọn đồi cao hay một tảng đá lớn, để cho các loài chim, thú, đến ăn thịt, gọi chung là *điểu táng*, giống như ở các vùng Ba Tư và *Bombay*. Gia đình nào có đủ chi phí cho việc làm giàn hỏa thì sẽ thiêu xác. Trong những khu vực xa đô thị, người ta chôn xác. Khi người chết đã bị bệnh truyền nhiễm nặng, dễ lây lan, như bệnh đậu mùa chẳng hạn, thì người ta buộc phải chôn. Nói chung, người Tây Tạng không thích việc chôn xác, vì họ tin rằng cái xác chôn sẽ có thể bị linh hồn người chết nhập trở lại và hóa thành *ma cà rồng*. Theo cách nghĩ này, người ta chuộng việc thiêu xác hay làm cách nào đó để cho các yếu tố của xác thân tan biến ngay đi. Đôi khi người ta cũng bỏ xác xuống sông giống như người Ấn Độ, hoặc một nơi nào có nước sâu.

Đối với các đức *Đạt-lai Lạt-ma* hay những vị thánh thiện, tôn quý thì người ta ướp xác. Giống như ở Ai Cập xưa, xác chết được vùi trong một hộc muối biển trong vòng 3 tháng, cho đến khi muối hút hết các chất lỏng của thân thể, khiến cho cái xác khô teo lại. Rồi kế đó, người ta tô lên xác một hỗn hợp bột nhão gồm có những bột đất sét, bột gỗ chiên đàn, bột tiêu ớt, hay những chất thuốc trị mối mọt. Chất bột nhão ấy được tô vào những chỗ lõm như mắt, má, bụng... để cho hình xác trở lại bình thường, và khi xác khô cứng lại thì thành một xác ướp theo kiểu Ai Cập.

Sau cùng khi toàn bộ xác ướp đã khô cứng thì người ta quét lên đó một lớp nước sơn màu vàng, và xác ướp được đặt thờ trong một tu viện hay tịnh xá.

Bốn cách làm mất xác của người chết nói trên xuất phát từ quan niệm cho rằng thân người gồm có 4 yếu tố cấu thành là *đất, nước, gió, lửa*.

Chôn xác là trả về cho *đất*. Bỏ xuống sông là trả về cho *nước*. *Điểu táng* là trả về cho *gió*, vì loài chim sống trong không khí. Thiêu xác là trả về cho *lửa*. Đó là tóm lược những ý nghĩa huyền bí ẩn sau các hình thức tang lễ của người Tây Tạng.

Sau khi chết, trong thời gian từ 3 ngày rưỡi đến 4 ngày, người ta tin rằng thần thức của những người bình thường ở trong một trạng thái giống như ngủ say, không biết là mình đã ra khỏi thân người. Giai đoạn đầu tiên ấy của *thân trung ấm* được gọi là *Tschikhai-Bardo* hay là *trạng thái chuyển tiếp ngay sau khi chết*.

Trong giai đoạn này, trước tiên là ánh sáng trong suốt lóe sáng trong dạng thể nguyên sơ của nó. Rồi nếu thần thức người chết không thể nhận được nó, nghĩa là không thể tự duy trì trong trạng thái siêu việt, không biến đổi, phù hợp với ánh sáng ấy, thì ánh sáng ấy bị mờ dần đi theo nghiệp lực. Khi ấy bước vào giai đoạn thứ hai.

Khi giai đoạn đầu chấm dứt, thần thức chợt tỉnh ra, biết được là mình đã chết và bắt đầu trải qua giai đoạn thứ hai, gọi là *Tschõnyi-Bardo*, hay là *trạng thái chuyển tiếp của kinh nghiệm thực tại*. Trạng thái này sẽ tan biến đi khi chuyển sang giai đoạn thứ ba, gọi là *Sipa-Bardo*, hay là *trạng thái chuyển tiếp khi chuẩn bị tái sinh*. Trạng thái này sẽ chấm dứt vào lúc thần thức *thực sự tái sinh* vào một trong các cảnh giới của sáu cõi luân hồi.

Sự chuyển tiếp từ một giai đoạn này sang giai đoạn khác của *thân trung ấm* diễn tiến cũng tương tự như tiến trình của sự sanh ra. Thần thức chợt tỉnh, đi từ cơn mê này sang cơn mê khác, cho đến cuối giai đoạn thứ ba.

Khi bắt đầu thức tỉnh trong giai đoạn thứ hai, thần thức nhìn thấy từng hiện cảnh tượng trưng, tức là các ảo giác do nghiệp lực tạo ra bởi các hành động đã làm khi còn sống. Những điều đã suy nghĩ, đã làm trước đây, giờ trở thành những đối tượng khách quan. Các hình ảnh được nhìn thấy hoàn toàn do sự tưởng tượng một cách có ý thức, được sanh khởi từ những gì trước đây đã nhìn thấy và ăn sâu, phát triển trong tâm thức. Các hình ảnh ấy hiện ra rồi đi qua, trong một toàn cảnh trang nghiêm và mạnh mẽ, như nội dung ý thức cá biệt của mỗi người.

Trong giai đoạn thứ hai, thần thức nếu không giác ngộ sẽ vẫn còn chìm trong một phần ảo tưởng, tự nghĩ rằng cho dù đã chết nhưng vẫn còn có một *xác thân*. Cho đến khi thần thức hoàn toàn hiểu rõ rằng mình thực sự không còn có thân xác nữa thì thần thức bắt đầu cảm thấy khao khát, mong muốn có một xác thân. Sự khao khát lên đến cùng cực không thể vượt qua, thôi thúc thần thức đi tìm một xác thân, và vào lúc ấy thì sự ưa thích theo nghiệp lực tất nhiên sẽ trở thành quyết định. Thần thức bước vào giai đoạn thứ ba để tìm đường tái sinh.

Khi thần thức thực sự được tái sinh trong thế giới này hay thế giới khác, thì trạng thái *trung ấm* sau khi chết sẽ chấm dứt.

Nói chung, sự mô tả như trên là một tiến trình bình thường. Còn đối với các tâm thức đặc biệt, có sự tu tập và giác ngộ, thì chỉ trải qua giai đoạn của những ngày đầu tiên sau khi chết mà thôi. Một vị chân tu giác ngộ có thể không phải trải qua giai đoạn mang *thân trung ấm* bằng cách đến thẳng cảnh giới của chư thiên, rồi với một hóa thân ở đó, sau khi đã vứt bỏ xác thân bằng xương thịt họ vẫn giữ được sự sống liên tục của tâm thức, không dứt đoạn. Khi đó, vị ấy suy nghĩ như thế nào sẽ tức khắc trở thành như thế ấy, trong hiện tại cũng như trong vị lai, bởi vì chính tâm thức tạo ra thế giới sự vật và là nguồn gốc của mọi hành động tốt hay xấu. *Nhân đã gieo thế nào thì quả sẽ gặt đúng như thế ấy.*

Trong suốt thời gian ở trong trạng thái chuyển tiếp khi chưa tái sinh vào một đời sống khác, thần thức người chết luôn bị các ảo tưởng của nghiệp lực chi phối. *Thân trung ấm* được sung sướng hay đau khổ tùy theo mỗi trường hợp nghiệp lực cá biệt của mỗi người.

Ngoài sự giải thoát bằng cách được *vãng sinh* về một trong các cõi tịnh độ của chư Phật sau khi chết, nếu phải tái sinh thì cảnh giới tốt nhất được khuyến khích chính là cõi người. Tái sinh vào bất cứ cảnh giới nào khác với cảnh giới của loài người đều sẽ làm trì trệ việc tu tập để đạt đến giải thoát hoàn toàn.[1]

Có một ý nghĩa tâm lý xác định gắn liền với hình ảnh các thiện thần hiện ra trong giai đoạn mang *thân trung ấm*. Nhưng muốn nắm hiểu được điều ấy, chúng ta không nên quên rằng các cảnh tượng mà thần thức người chết nhìn thấy trong giai đoạn mang *thân trung ấm* không phải là những cảnh tượng thật. Chúng chỉ là ảo giác biểu lộ các *tưởng tướng* do tâm thức của người ấy tạo ra. Hay nói một cách khác, chúng là các hình tướng được nhân hóa của những thôi thúc thuộc tinh thần trong trạng thái sau khi chết.

---

[1] Điều này đã được đề cập đến trong một số kinh điển, và được giải thích là do những điều kiện bất lợi cho sự tu tập, chẳng hạn như cảnh giới của chư thiên là quá sung sướng, cảnh giới địa ngục, ngạ quỷ, súc sanh là quá khổ sở...

Như vậy, các *thiện thần* là các hình tướng được nhân hóa của những tình cảm thuộc *nhân tính cao cả nhất*, có nguồn gốc ở trung tâm tâm lý của con tim. Chúng được hiện ra trước dưới dạng thức các vị thiện thần, bởi vì theo tâm lý mà nói thì các thôi thúc của con tim luôn đi trước các thôi thúc của trí óc. Chúng hiện ra với hình dạng các thiện thần để tác động đến thần thức người chết vì những mối liên hệ của họ với thế giới loài người chỉ vừa mới bị dứt đoạn. Người chết đã bỏ lại những bà con thân thuộc, bạn bè và những công việc còn dở dang, những ước muốn chưa thỏa mãn; và trong nhiều trường hợp họ cảm thấy một sự luyến tiếc sâu sắc, một ước mong tìm lại được cơ hội đã mất để được giác ngộ về tinh thần trong một đời sống khác ở kiếp người.

Nhưng nghiệp lực thường mạnh mẽ hơn mọi sự thôi thúc và luyến tiếc của họ. Nếu nghiệp lực của người chết không cho họ được giải thoát trong các giai đoạn đầu thì họ đi lang thang xuống đến các giai đoạn mà sự thôi thúc của con tim phải nhường chỗ cho những thôi thúc của trí óc.

Cũng giống như việc các thiện thần là sự nhân hóa các tình cảm, các *ác thần* là sự nhân hóa các lý luận và nguồn gốc của chúng nằm ở trung tâm tâm lý của trí óc. Nhưng một thôi thúc phát xuất từ con tim cũng có thể biến đổi thành lý luận trong trí não, cho nên các ác thần cũng có thể là các thiện thần được tái hiện dưới một dạng thức khác.

Sau khi các thôi thúc tình cảm giảm dần và

những thôi thúc lý trí hoạt động, thần thức người chết càng lúc càng nhận biết được tình trạng đang diễn tiến. Họ bắt đầu dùng các khả năng siêu việt của *thân trung ấm* theo cách như một đứa trẻ bắt đầu dùng các khả năng thuộc giác quan của bình diện con người. Tuy nhiên, nghiệp lực vẫn làm chủ và xác định những giới hạn. Trong đời sống con người thì các thôi thúc thuộc tình cảm hoạt động mạnh trong thời trẻ và mất dần đi khi về già; khi ấy chúng được thay thế bằng những lý luận. Cũng vậy, trong giai đoạn mang *thân trung ấm* sau khi chết, các kinh nghiệm được trải qua ban đầu sung sướng hơn các kinh nghiệm sau chót.

Trong một ý nghĩa khác thì các thiện thần hay ác thần chính là sự biểu hiện của tâm thức, là biểu hiện của những thần lực phổ quát. Người chết liên hệ với các thần lực đó một cách mật thiết, không thể dứt được. Người chết là một tiểu vũ trụ trong đại vũ trụ; tất cả các thôi thúc thâm nhập xuyên qua họ, cũng như tất cả các năng lực tốt hay xấu.

Theo ý nghĩa đó, *Samanta Bhadra*[1] chính là cái *thiện* phổ quát, nhân hóa thực tại, tức là ánh sáng trong suốt, nguyên sơ, của pháp thân vô sanh, vô tướng. Đức Phật *Đại Nhật* là nguồn gốc của tất cả các hiện tượng, là nguyên nhân của các nguyên nhân. Đức Phật Đại Nhật làm hiển lộ mọi sự vật giống như người ta gieo giống; đức *Phật mẫu*, *Hư Không Nhãn* là tâm địa phổ quát đón nhận các hạt giống

[1] Samantabhadra: cảnh giới Phổ Hiền (普賢境界).

ấy. Từ đó, chúng biến hóa thành các hệ thống của những thế giới. *Kim Cang Tát-đỏa* tượng trưng cho sự bất biến; đức *Phật Bảo Sanh* là vị tượng trưng cho nguồn gốc của mọi cái đẹp trong vũ trụ. Đức *A-di-đà* là lòng từ bi vô hạn. Phật *Bất Không Thành Tựu* là sự nhân hóa quyền năng tối thượng, vạn năng. Các thiện thần, ác thần tương ứng với các tư tưởng xác định của người chết, với các đam mê, sự thôi thúc mãnh liệt hay vừa phải, thuộc nhân tính hay của bậc siêu nhân hoặc hạ tiện...

Trong quyển sách này cũng chỉ ra rất rõ bằng những xác ngôn lặp đi lặp lại, rằng không một vị thiện thần, ác thần hay cảnh tượng nào được trông thấy là có thực cả. Đối với thần thức người chết, khi trông thấy mọi cảnh tượng, chỉ cần biết rằng đó là biểu hiện những tư tưởng riêng của chính họ là đủ. Chúng đơn thuần chỉ là nội dung của ý thức hiện ra do tác dụng của nghiệp thức, cũng như các bóng dáng trong trạng thái trung gian của những hoa đốm ở hư không, dệt thành các giấc mộng... Sự nhận thức trọn vẹn về tâm lý này sẽ giải thoát cho thần thức người chết ngay trong thực tại. Vì lẽ đơn giản đó mà quyển *Luận vãng sinh* này đã được tôn xưng là Đại giáo lý dẫn đến sự *giải thoát qua lắng nghe*.

Thần thức người chết là khán giả duy nhất của một toàn cảnh kỳ diệu, những thấy biết ảo giác. Mỗi mầm tư tưởng của nội dung ý thức đều theo nghiệp lực sống lại, và thần thức người chết giống như một đứa bé kinh ngạc khi nhìn các hình ảnh được phóng to trên màn ảnh. Họ quan sát các cảnh tượng mà không biết rằng đó chỉ là ảo ảnh, hoàn toàn giả dối, hư huyễn, trừ khi trước đây họ đã có một quá trình tu tập chứng ngộ.

Trước tiên là các cảnh tượng sung sướng và vinh quang, phát xuất từ những mầm thôi thúc và khát vọng có tính cách thánh thiện nhất. Nhưng những cảnh tượng đó cũng có thể làm cho người không hiểu biết phải khiếp sợ.

Tiếp đó, các cảnh tượng ấy tan biến thành những cảnh phát xuất từ các yếu tố tinh thần tương ứng với bản chất thấp kém hay thuộc thú tính. Các cảnh tượng này làm cho thần thức người chết hoảng hốt và muốn trốn chạy. Nhưng than ôi, các cảnh tượng ấy với thần thức người chết *vốn chỉ là một*, nên dù họ chạy trốn ở đâu chúng cũng bám theo họ.

Không hẳn là tất cả những người chết đều trải qua, đều nhìn thấy cùng những cảnh tượng giống nhau, cũng như mọi người không ai có thể cùng sống chung và nhìn thấy như nhau trong cơn ác mộng. Những gì mà người chết trước đây đã từng học hỏi thì họ sẽ tin vào điều đó. Những tư tưởng được gieo cấy vào tâm thức của con người có thể ảnh hưởng trọn vẹn đến nội dung tinh thần người ấy.

Do đó, người Phật tử, người tín đồ Ấn Độ giáo, hoặc Hồi giáo, Cơ Đốc giáo... đều sẽ trải qua các cảnh tượng khác nhau khi mang *thân trung ấm*, sẽ nhìn thấy những gì theo đúng như giáo lý họ đã được truyền dạy...

Những kinh nghiệm sẽ trải qua sau khi chết hoàn toàn phụ thuộc vào nội dung tâm tưởng của mỗi người. Hay nói một cách khác, như đã được giải thích, tình trạng sau khi chết rất gần giống với tình trạng của một giấc chiêm bao; và các giấc mộng ấy là do tâm trạng của người nằm mộng sản sanh ra. Tâm lý này giải thích một cách khoa học tại sao những người sùng đạo, trong Cơ Đốc giáo chẳng hạn, đã đưa ra những chứng cứ của các bậc thánh, hoặc những trường hợp xuất thần, hoặc trong giấc mộng, đã thấy được đức Chúa Cha ngồi trên ngôi, có đức Chúa Con bên cạnh, và thấy cả những cảnh giống như trong Kinh Thánh mô tả, với các thuộc tính của bầu trời, hoặc thấy đức Mẹ đồng trinh, các vị thánh và các thiên sứ, hoặc những chỗ đền tội và địa ngục...

Quyển sách này có vẻ như được căn cứ trên những dữ kiện có thể kiểm chứng được bằng chính kinh nghiệm của con người về mặt sinh lý và tâm lý, và đã phân tích vấn đề sau khi chết như một vấn đề đơn giản thuộc về tâm lý. Rất khoa học là ở điểm này.

Sách đã xác quyết nhiều lần rằng: Những gì được trông thấy trong giai đoạn mang *thân trung ấm* là hoàn toàn do nội dung tâm trạng riêng của người chết mà hiện ra. Không có cảnh tượng nào, thiện thần hay ác thần nào ngoài những hiện tướng xuất phát từ các ảo giác thuộc nghiệp thức của những tưởng tướng đã tạo ra. Đây là một kiểu sản phẩm vô thường sản sanh ra từ nơi đức tin, sự khao khát được hiện hữu và ý chí muốn sống còn.

Từ ngày này sang ngày khác, những cảnh tượng của *thân trung ấm* dần dần thay đổi, phù hợp với sự phát khởi của các tưởng tướng của thần thức người chết, cho đến khi nghiệp lực chiếm lấy quyền chi phối và dẫn đến sự tái sinh. Khi sự tái sinh thực sự bắt đầu, tình trạng sau khi chết chấm dứt và người nằm mộng ra khỏi giấc mộng, lại bắt đầu trải qua các hiện tượng của đời sống mới.

Kinh Thánh của đạo Cơ Đốc, cũng như kinh *Koran* của đạo Hồi, không hề cho rằng các kinh nghiệm tâm linh với dạng thức những ảo giác được nhìn thấy của các nhà tiên tri hay một tín đồ sùng đạo lại có thể là không thật. Nhưng sách *Luận vãng sinh* này đã trình bày vấn đề một cách dứt khoát đến nỗi tạo ra nơi người đọc một ấn tượng rất rõ là: Mọi cảnh tượng được trông thấy, bất cứ là cảnh tượng gì, đều chỉ thuần túy là hư huyễn không thật. Dù là các thiện thần, ác thần, cảnh thiên đàng hay địa ngục... tất cả đều chỉ là ảo mộng, căn cứ trên sự biến hiện của tâm thức trong cuộc sống luân hồi.

Toàn bộ nội dung sách này hướng về một mục đích duy nhất là tạo điều kiện cho sự thức tỉnh của thần thức người chết, trở về với thực tại. Một khi thần thức người chết đã thoát khỏi được mọi sự che mờ của các ảo tưởng thuộc nghiệp thức hay thuộc sự sống luân hồi, thì sẽ đạt được một thực trạng *Niết-bàn* siêu việt tất cả các hiện tượng như thiên đàng, địa ngục, các cõi trời, người, súc sanh...

Trong số những cảnh tượng được xác định là giả

dối, không thật, sách này cũng đề cập đến một vấn đề tương tự như là *sự phán xét thiện ác* sau khi chết. Những gì được mô tả ở đây và trong quyển "*Sách dành cho người chết*" của Ai Cập rất giống nhau, về những điểm cơ bản, đến nỗi người ta có thể tin rằng chúng có cùng một nguồn gốc. Trong sách của Tây Tạng, vua Diêm Vương được gọi là *Dharma-Ràja*, sách của Ai Cập gọi là *Osiris*. Trong hai câu chuyện được kể lại, người ta thấy đều có cảnh cân lường tượng trưng. Với *Dharma-Ràja*, có những hòn sỏi đen được đặt lên một đĩa cân và đĩa cân bên kia là những hòn sỏi trắng. Sỏi trắng và sỏi đen tượng trưng cho những hành động tốt hoặc xấu. Với *Orisis* thì quả tim được đặt lên một đĩa cân và đĩa cân bên kia là chiếc lông vũ, hoặc đôi khi là hình tượng vị nữ thần công lý. Quả tim tượng trưng cho đạo đức của người chết, và chiếc lông vũ tượng trưng cho sự ngay thật hay công lý.

Trong quyển "*Sách dành cho người chết*" của Ai Cập thì người chết nói với quả tim mình rằng: "*Đừng trở thành một sự hiển nhiên chống lại ta, đừng là kẻ thù của ta trước vòng thánh thiện. Mong sao cho đĩa cân đừng lệch về phía chống lại ta trước mặt ngài thánh vương Amenti.*" Thần *Toth* đầu khỉ là thần trí tuệ kiểm soát sự cân lường.

Trong sự phán xét của Tây Tạng thì thần *Shinje* cũng có đầu khỉ, làm việc ấy. Cả hai cảnh đều xảy ra trước một "*bồi thẩm đoàn*" gồm các thiên thể, kẻ thì đầu thú, kẻ thì đầu người. Trong sách của Ai Cập thì một vị thần hung bạo chờ đợi để nuốt tươi người chết nếu họ bị kết án, còn trong sách của Tây Tạng thì các hung thần đứng đợi để đưa kẻ làm ác vào thế giới bị hành hình. Bản tổng kết các tội lỗi mà người ta nói là do thần trí tuệ *Toth* cầm giữ, lại tương xứng với *kính chiếu nghiệp* do *Dharma-Ràja* nắm giữ; hoặc như trong một số câu chuyện khác thì *kính chiếu nghiệp* do một vị thần dự vào *bồi thẩm đoàn* nắm giữ.

Trong cả hai quyển sách, khi sự phán xét diễn ra chúng ta đều thấy người chết hướng về *quan tòa* để tự bào chữa là mình đã không làm ác. Trước mặt *Osiris* thì sự bào chữa ấy được chấp thuận, còn trước mặt *Dharma-Ràja* thì sự bào chữa đó phải được *kính chiếu nghiệp* xác nhận lại. Đây là nét đặc biệt của Ấn Độ hay của Phật giáo nói riêng. Theo ức đoán, có thể là từ một nguồn gốc chung vào thời cổ xưa đã hình thành nên hai tập sách của Ai Cập và Tây Tạng, nhưng tập sách của Ai Cập hình như đã ít biến đổi hơn.

Trong quyển thứ 10 của tập "*Livre de la Republique*", khi kể về những cuộc phiêu lưu của *Er* trong thế giới bên kia, *Plato* đã đã mô tả một sự phán xét tương tự. Trong đó, người ta thấy có các quan tòa, các bản ghi tội lỗi được gắn vào các linh hồn bị phán xét, và những con đường dẫn đến những nơi khác nhau. Người hiền lành đi vào đường dẫn lên trời, người ác độc đi xuống đường vào địa ngục. Có những hung thần đứng chờ để dẫn các linh hồn bị kết án vào nơi trừng phạt.

Tín ngưỡng về sự đền tội ngày nay đã được đạo Cơ Đốc tin nhận, được thánh *Patrick* giảng dạy ở *Irlande*. Hệ thống các truyện truyền kỳ của người *Celtes* về thế giới bên kia và những chuyện tái sinh lẫn lộn với các tín ngưỡng của họ về các bà tiên; truyện truyền kỳ của *Proserpine* được kể lại một cách phổ quát trong nhiều quyển sách thiêng của nhân loại; những giáo lý của người *Sémites* ở Tiểu Á về trời, địa ngục, về sự phán xét, và về sự sống lại; cùng với câu chuyện của *Plato*, tất cả những điều đó đã chứng minh rõ về một tín ngưỡng phổ quát, chắc hẳn đã có từ xa xưa, vào trước thời kỳ các truyện cổ của xứ *Babylone* và của Ai Cập.

Bức tranh trình bày sự phán xét theo truyền thuyết của một tu viện ở *Gantok*, thuộc xứ *Sikkim*, Tây Tạng, được vẽ năm 1919, do một họa sĩ người Tây Tạng tên là *Lharipa-Pempa-Ten-dup-La* vẽ trong thời gian tạm trú ở đó. Một trong những bức tranh tường xưa nhất cũng vẽ đề tài ấy cho đến gần đây vẫn còn được giữ nguyên vẹn tại điện *Tadishing* ở *Sikkim*. Trong bức họa diễn tả bánh xe luân hồi của sự sống.

Tiến sĩ *L. A. Waddell* đã mô tả bức tranh ở Tây Tạng như sau: "*Sự phán xét bao giờ cũng có Dharma-Ràja vô tư chủ trì. Ngài cầm một tấm gương soi, trong đó hiện rõ trọn vẹn linh hồn của người chết, trong lúc thần Shinje cân các hành động tốt để đối chiếu với các hành động xấu, bằng những hòn sỏi màu trắng và màu đen.*" Ông cũng cho biết, nguồn gốc của hình ảnh đó là do một bức tranh cùng loại diễn tả "*bánh xe của sự sống*" thường được gọi là *le Zodiaque*, hiện ở nơi cửa vào của hầm nhà số 17, *Ajantà*, Ấn Độ. Điều này minh định tính cách cổ xưa của hình tượng phán xét mà trong sách này mô tả.

Khi phân tích những giáo lý trình bày vũ trụ quan của Phật giáo, và trước đó là Ấn Độ giáo, chúng ta có thể đạt đến một sự hiểu biết rộng rãi. Đây có thể xem là một khoa học được lưu truyền từ thời rất xa xưa của các môn thiên văn học, hình thái học, vận hành học, đã cố gắng mô tả về các tinh cầu và giải thích các thế giới. Một số thế giới được cho là ở dạng rắn có thể trông thấy được - khoa học phương Tây chỉ biết được những thế giới loại này -, còn một số thế giới khác ở dạng khí, hay nói đúng hơn là vô hình nên không thể trông thấy được, nhưng vẫn hiện hữu trong trạng thái có thể tạm gọi là chiều thứ tư của không gian.

Núi *Tu-di* được mô tả là nằm ở trung tâm vũ trụ. Thế giới của chúng ta bao quanh nó, được sắp xếp thành 7 vòng đại dương, ngăn cách nhau bằng 7 vòng núi đồng tâm màu vàng ánh. Núi *Tu-di* là cái trục chính, là điểm tựa của cả thế giới. Cách mô tả này có thể xem là tương đương như mặt trời ở trung tâm của thiên văn học Tây phương, trung tâm dẫn lực của vũ trụ hiện hữu.

Ngoài bảy vòng đại dương và bảy vòng núi vàng ánh là xen kẽ những vòng đại lục.

Như đã nói, núi *Tu-di* là cái lõi của thế giới. Bên

dưới núi là các tầng địa ngục, bên trên núi là các tầng trời của chư thiên, được tin là thuộc quyền cai trị của vua trời Đế Thích.

Ngang cấp với tầng trời của Đế Thích, có tám vị Thánh mẫu, mỗi vị ở một tầng trời riêng. Những vị này chính là các thánh mẫu của Ấn Độ giáo xưa kia.

Trong núi *Tu-di*, chỗ dựa của các tầng trời, có 4 cõi thế giới chồng lên nhau. Ba cõi phía dưới có các vị thiên thần cư trú, cõi thứ tư cao nhất, nằm trực tiếp dưới các tầng trời. Cư dân ở đây là loài *a-tu-la*,[1] được mô tả là phải chịu đọa đày vì sự kiêu ngạo, và trong đời sống của mình họ không ngừng gây chiến với chư thiên ở các tầng trời cao hơn.

Vây quanh núi *Tu-di* là đại dương. Tiếp theo bên ngoài là một lớp núi vàng ánh, kế đó lại là một đại dương khác. Cứ một vòng núi lại đến một vòng đại dương, nối tiếp cho đến vòng thứ 15 là vòng đại dương ngoài cùng, trong đó có các đại lục và những hải đảo phụ thuộc. Cuối cùng là một bức tường sắt bao quanh toàn thể vũ trụ.

Bên ngoài của vũ trụ như vừa được mô tả là một vũ trụ khác, cứ như thế nối tiếp vô biên vô tận. Mỗi vũ trụ đều khép kín trong một bức tường sắt che khuất ánh mặt trời, mặt trăng, và các tinh tú. Bức tường sắt ấy là biểu tượng của bóng tối ngăn cách thế giới này với thế giới khác. Tất cả các vũ trụ đều

[1] A-tu-la (阿 修 羅), dịch âm từ tiếng Sanskrit là asura, dịch nghĩa là phi thiên (非 天), là loài giống như chư thiên nhưng không có hình tướng nghiêm trang tốt đẹp, vì thế mà gọi là phi thiên.

chịu sự chi phối của một định luật tự nhiên gọi là nghiệp lực. Phật giáo không hề xác nhận hay phủ nhận sự hiện hữu của một đấng sáng tạo thế giới, nhưng định luật về nghiệp quả đã đưa ra một cách giải thích hợp lý và đầy đủ về các hiện tượng trong vũ trụ.

Những điều được mô tả cần phải được hiểu theo ý nghĩa tượng trưng hơn là những chi tiết cụ thể. Chẳng hạn như núi *Tu-di* được mô tả là cao 80.000 dặm bên trên đại dương, và chiều sâu của chân núi ở dưới nước cũng tương đương như vậy. Đại dương ở trong cùng cũng sâu và rộng 80.000 ngàn dặm. Vòng núi kế tiếp về phía ngoài có kích thước bằng một nửa, và đại dương vây quanh vòng núi ấy cũng vậy, nghĩa là chỉ có 40.000 ngàn dặm chiều sâu và rộng. Càng ra xa trung tâm, các vòng núi và đại dương phía ngoài càng giảm kích thước đi, cả về chiều cao, chiều sâu và chiều rộng. Cứ mỗi vòng lại giảm đi một nửa, nên kích thước giảm dần là 20.000 dặm, 10.000 dặm, 5.000 dặm, 2.500 dặm, 1.250 dặm, 625 dặm...

Trong số các đại lục, có 4 đại lục chính nằm ở 4 phương, được mô tả trong sách này. Nằm bên cạnh mỗi một đại lục lại có hai đại lục nhỏ hơn, đưa tổng số các đại lục lên số 12, là một số tượng trưng trong sự sắp xếp vũ trụ, tương tự như số 9.

Đại lục ở phương đông là *Đông Thắng Thân Châu.*[1] Hình tượng trưng của nó là hình mặt trăng

[1] Đông Thắng Thân Châu (東勝身洲), tiếng Phạn là Pūrva-videhaḥ.

lưỡi liềm, có màu trắng. Cư dân ở đó có khuôn mặt hình lưỡi liềm, có tinh thần bình thản và đức hạnh. Đại lục này được mô tả là có đường kính 9.000 dặm.

Đại lục ở phương nam là quả đất của chúng ta, có tên là *Nam Thiệm Bộ Châu.*[1] Hình tượng trưng của nó là hình xương bả vai của con cừu, nghĩa là giống hình quả lê, đó cũng là hình gần đúng với khuôn mặt của cư dân nơi đây. Đại lục này có màu xanh dương. Tại đây cuộc sống giàu có phong phú và có sự lẫn lộn giữa cái tốt với cái xấu. Với 7.000 dặm đường kính, nó là đại lục nhỏ nhất.

Đại lục ở phương tây gọi là *Tây Ngưu Hóa Châu.*[2] Đại lục này có hình mặt trời, màu đỏ. Cư dân ở đây có khuôn mặt tròn, rất mạnh bạo và có thói quen dùng súc vật để nuôi sống mình. Đường kính của đại lục này là 8.000 dặm.

Đại lục ở phương bắc gọi là *Bắc Câu Lô Châu.*[3] Đại lục này hình vuông, có màu xanh lá cây. Cư dân ở đó có khuôn mặt hình vuông như hình mặt ngựa. Cây cối cung cấp thức ăn và các món cần dùng cho họ. Khi chết đi, họ thường quanh quẩn nơi các thân cây, như những thần núi hay thần rừng. Đây là đại lục rộng nhất với đường kính 10.000 dặm.

Mỗi đại lục nhỏ nằm kế cận lại giống với đại lục mà nó phụ thuộc, và có kích thước bằng một nửa đại

---

1 Nam Thiệm Bộ Châu (南贍部洲), tiếng Phạn là Jambū-dvipa.

2 Tây Ngưu Hóa Châu (西牛貨洲) tiếng Phạn là Avaragodānīya.

3 Bắc Câu Lô Châu (北拘盧洲), tiếng Phạn là Uttara-kuru.

lục chính. Bên trái của *Nam Thiệm Bộ Châu* là thế giới của loài quỷ *la-sát*[1] hung dữ. Người ta tin rằng vị Đại giáo chủ Liên Hoa Sanh hiện nay đang trị vì ở đó với mục đích là để giáo hóa cho loài *la-sát* hung ác này về lòng tốt và đường lối tu tập để đạt được giải thoát.

Ý nghĩa sâu kín ẩn sau những sự mô tả về vũ trụ như vừa trình bày trên là một phương thức tượng trưng đã được cố ý tạo ra. Chẳng hạn như, tiến sĩ *Wadded* đã nhận xét về cách mô tả núi *Tu-di* như sau: "Sườn phía đông của núi bằng bạc, sườn phía nam bằng vân thạch, sườn phía tây bằng ngọc đỏ, sườn phía bắc bằng vàng. Điều này chứng tỏ việc sử dụng các biểu tượng cũ, rất giống với các biểu tượng thiên khải của thánh *Jean*."

Việc giải thích đầy đủ toàn bộ vũ trụ quan theo phương thức biểu tượng của Phật giáo sẽ còn phải đi rất xa, vượt ra ngoài khuôn khổ của phần dẫn nhập này. Để tạm kết thúc vấn đề, ở đây cần lưu ý một điều là: Các vị *lạt-ma* Tây Tạng tin rằng họ đã nắm được những điểm then chốt để giải thích quan điểm về vũ trụ trong Phật giáo, và những gì mà người phương Tây đã biết về vấn đề này chỉ mới có thể giúp họ đến được nơi ngưỡng cửa để bước vào biển tri thức mênh mông đó.

☸

---

[1] La-sát (羅刹),tiếng Phạn là **rākṣasa**, giống cái (nữ la-sát) gọi là **rākṣasī**.

LUẬN VÃNG SINH

Nam mô Thập phương thường trú Tam bảo
Nam mô A-di-đà Phật
Nam mô Đại Bi Hội Thượng Phật Bồ Tát
Nam mô Đại Từ Đại Bi Quán Thế Âm Bồ Tát

Luận vãng sinh này gồm ba phần: *phần dẫn nhập*, *phần chính văn* và *phần kết luận*.

Trong phần *dẫn nhập*, luận này sẽ đưa ra những lời khai thị, các thần thức *thượng căn* sẽ được giải thoát. Với những ai không được giải thoát, luận này sẽ dạy cách từ bỏ ý thức, giúp các thần thức *trung căn* giải thoát ngay trước khi chết. Với những ai vẫn chưa được giải thoát, thần thức cần lắng nghe những lời khai thị tiếp tục để được giải thoát trong giai đoạn còn trong *pháp thân thường trụ*.

Thần thức cần theo dõi diễn biến của cái chết. Ngay sau khi chấm dứt mọi liên hệ với thế giới vật chất, thần thức cần nhớ tới "*bản chất của thức là không*" và từ bỏ các thức, lập tức giải thoát. Nếu không thực hiện được, người sống cần đọc luận này một cách rõ ràng bên cạnh người chết.

Nếu vì lý do nào đó, thi thể người chết ở một nơi xa, chủ lễ có thể ngồi bên cạnh giường ngủ thường ngày của người chết, dùng nguyện lực tưởng nhớ tới người chết và đọc luận này, xem như người chết đang ngồi bên cạnh. Lúc này không nên kể lể than khóc. Những người thân không kiềm chế được sự than khóc thì nên tránh đi nơi khác. Nếu cầu nguyện bên cạnh người sắp chết, chủ lễ cần đọc luận này giữa lúc chấm dứt hơi thở và chấm dứt mạch tim.

Nếu có phương tiện, nên cúng dường Tam bảo. Nếu không, cần dùng nguyện lực để cúng dường. Niệm danh hiệu Phật và Bồ Tát cầu cứu độ bảy lần hoặc ba lần,[1] niệm bài *Kệ vãng sinh cho thân trung ấm*,[2] rồi niệm bài *Kệ vô thường*.[3] Sau đó tụng *Luận vãng sinh* này bảy lần hoặc ba lần.

Luận này có ba ý chính: 1. Hướng dẫn thần thức trong hào quang của *chân tâm* ngay trước khi chết; 2. Lưu ý thần thức trong giai đoạn chuyển tiếp của pháp thân; và 3. Nhắc nhở thần thức tránh nhập mẫu thai trong cõi *Ta-bà*.

1. Hướng dẫn thần thức ngay trước khi chết

Trước hết, cần khai thị cho thần thức trong lúc thấy hào quang của *chân tâm* ngay *trước khi chết*. Được khai thị như thế, phần lớn những người bình thường đã từng nghe pháp nhưng chưa chứng ngộ, hoặc ít tu tập, đều thể nhập và an trú trong *chân tâm*, đạt được cõi vô sanh vô tử.

---

[1] Xem Phụ đính A

[2] Xem Phụ đính B

[3] Xem Phụ đính C

a. Thời gian khai thị

Hơi thở vừa ngưng, trí *Bát-nhã* thể nhập, thần thức sẽ thấy một luồng hào quang rực rỡ. Nếu trí *Bát-nhã* rời bỏ, thần thức sẽ rơi vào giai đoạn thân *trung ấm*, vì vậy cần tụng luận này trước khi trí *Bát-nhã* rời bỏ thần thức. Thông thường, từ lúc tắt hơi tới lúc hệ tuần hoàn ngưng hoạt động hẳn, kéo dài bằng khoảng thời gian một bữa ăn.

b. Phương pháp khai thị

Chủ lễ tốt nhất là thầy của người chết, nếu không cũng nên là bạn đồng môn, hoặc bạn hữu cùng một kiến giải. Nếu không được như thế, chủ lễ cần là người có thể tụng luận này rõ ràng, nhiều lần, nhắc nhở lại những gì đã nghe từ thầy, bạn. Như thế, chắc chắn thần thức sẽ được thể nhập vào hào quang của *chân tâm*.

Trước khi tắt hơi thở, cần làm cho thần thức thấy rõ tính vô thường của vạn pháp, bằng cách nói những lời sau đây:

"*Này thiện nam (hoặc tín nữ, nói rõ tên...), đây là lúc mà ngươi đi tìm một con đường mới. Khi hơi thở vừa tắt, ngươi sẽ thấy một luồng hào quang rực rỡ, chính là điều mà ngươi đã từng học biết. Đây chính là chân tâm thường tịch, vắng lặng, trống rỗng như không gian, là thức vô biên xứ. Hãy nhận ra điều này và lưu trú trong chánh niệm đó, ta khai thị cho ngươi.*"

Câu khai thị trên được nhắc đi nhắc lại nhiều lần trong lúc người chết chưa tắt hơi. Khi hơi thở sắp dứt, nên lật xác nằm nghiêng bên mặt theo thế nằm như sư tử ngủ, và bấm mạnh các mạch máu cho tới lúc mạch chấm dứt lưu thông. Làm như thế khí *Bát-nhã* đã nhập vào khí lực của người chết sẽ lưu lại thêm một thời gian và sau đó chỉ thoát ra ngoài bằng đỉnh đầu.

Trong giai đoạn này, thần thức trông thấy hào quang của *pháp thân thường trụ* sáng rực rỡ. Đối với người sống thì chỉ thấy người chết đang mê man bất tỉnh vì khí *Bát-nhã* càng lúc càng giảm. Đó là giai đoạn giữa lúc tắt thở và hệ tuần hoàn ngưng hoạt động. Giai đoạn này dài ngắn không đều, tùy thuộc năng lực tâm linh và trình độ chứng đạo của người chết. Nó đặc biệt kéo dài đối với những người đã tu tập thiền định hết sức bén nhạy. Đối với những người này, cần khai thị bằng cách tụng đọc nhiều lần cho đến khi một thứ khí màu vàng nhạt tuôn ra *thất khiếu.*[1] Đối với người có nhiều ác nghiệp, giai đoạn này rất ngắn ngủi, chỉ như búng ngón tay. Đối với người thông thường thì sẽ kéo dài khoảng bằng thời gian một bữa ăn. Đối với những người tu tập Mật tông và thiền định bậc cao theo Kinh điển hoặc Mật điển thì giai đoạn này có thể kéo dài đến bốn ngày rưỡi. Chủ lễ cần tiếp tục khai thị để giúp thần thức thể nhập vào *chân tâm.*

Nếu người sắp chết đã từng tụng đọc luận này, chủ lễ chỉ cần nhắc lại. Nếu không, chủ lễ cần chỉ rõ tiến trình của cái chết như sau:

---

[1] Thất khiếu: bảy lỗ thông ra bên ngoài của cơ thể, gồm 2 lỗ mũi, 2 mắt, miệng, 2 đường đại tiện và tiểu tiện.

"Này thiện nam (hoặc tín nữ, nói rõ tên...), đây là dấu hiệu của đất đang hoại diệt trong nước, nước đang hoại diệt trong lửa, lửa đang hoại diệt trong gió, gió đang hoại diệt trong thức... Này thiện nam (hoặc tín nữ, nói rõ tên...), đừng để tâm thức lưu lạc."

Nói câu này vào bên tai người sắp chết. Rồi đọc tiếp như sau:

"Này thiện nam (hoặc tín nữ, nói rõ tên...), cái gọi là sự chết đã đến, ngươi cần tự nhủ như thế này: 'Thời điểm tử vong của ta đã đến, nhưng cái chết có thể giúp ta đạt được tâm thức giác ngộ. Trong tinh thần từ bi hỷ xả, ta sẽ đạt được giác ngộ, cứu độ mọi chúng sanh. Trong ước nguyện cứu độ chúng sanh, ta sẽ thể nhập chân tâm, đạt được tri kiến của Phật. Nếu không thể nhập được bây giờ, ta cũng sẽ thể nhập cõi Tịnh độ trong thân trung ấm, tất cả đều là vì chúng sanh trong vô lượng thế giới.' Nhất tâm chánh niệm trong tư tưởng đó, ngươi cần nhớ lại pháp môn thiền quán đã từng tu tập."

Vị chủ lễ cần đọc rõ tên người sắp chết, nhắc nhở tập trung vào thiền định, không để buông lỏng một phút nào. Rồi khi hơi thở vừa tắt, vị chủ lễ ấn mạnh vào các huyệt đạo. Nếu người chết là một vị *thượng căn*, chủ lễ nói:

"Thưa ngài, pháp thân đang bắt đầu chiếu sáng, xin ngài hãy thể nhập vào và lưu trú trong đó."

Đối với những người bình thường, vị chủ lễ khai thị như sau:

"Này thiện nam (hoặc tín nữ, nói rõ tên...), giờ đây pháp thân đang chiếu sáng rực rỡ trước mắt ngươi, hãy nhận biết rõ. Giờ đây thức của ngươi đang trở về bản tánh chân như, rỗng không vắng lặng, vô ngã, vô tướng, không màu sắc, không âm thanh. Nhưng tâm thức này không phải là sự rỗng không của cái không. Nó tự tại, diệu dụng, biến hóa khôn cùng. Hai mặt này của chân như chính là từ bi và trí huệ, thể của nó là không. Nó chính là pháp thân bất hoại. Sắc và Không không rời nhau, trong dạng hào quang rực rỡ, vô sanh vô tử. Đó cũng là Phật tính. Hãy nhận rõ điều này. Đó là điều quan trọng duy nhất. Nếu nhận rõ tâm thức tịch tịnh của ngươi bây giờ chính là tâm Phật, thì ngươi đã thể nhập cõi Phật, cõi Tịnh độ."

Chủ lễ cần nhắc lại ba lần hoặc bảy lần đoạn văn trên. Thần thức sẽ nhớ lại những gì đã tu tập, đồng thời nhận ra rằng tâm thức của mình chính là luồng hào quang đang chiếu sáng rực kia, và nhận ra rằng mình với *pháp thân* là một không khác. Thần thức sẽ giác ngộ.

Có những trường hợp thần thức nhận ra ánh sáng của *pháp thân* không phải ngay trong lần đầu mà là lần thứ hai, thời gian có kéo dài hơn đôi chút. Nhưng nghiệp lực nặng nề cũng có thể làm cho thần thức không thể nhập được.

Vào lúc khí *Bát-nhã* bắt đầu rời bỏ khí lực của người chết, khi thì bên trái, khi thì bên phải, tâm thức người chết lại như thức dậy. Như trên đã nói, giai đoạn từ lúc tắt hơi tới lúc này dài ngắn không đều, thông thường là khoảng thời gian một bữa ăn. Thần thức tỉnh dậy, phân vân không rõ mình đã chết hay chưa, và nhìn thấy rõ bà con quyến thuộc đang buồn rầu khóc lóc.

Trong giai đoạn này, khi nghiệp lực chưa gây tác dụng và ma vương chưa ám ảnh, vị chủ lễ cần tiếp tục khai thị. Tùy theo trình độ tu tập của người chết, nếu trước đây vốn không quen nương vào vị Phật hay Bồ Tát nào thì chủ lễ gọi tên ba lần rồi nhắc lại câu khai thị như trên. Nếu người chết trước đây thường hay quán tưởng đến một vị Phật hay *Bồ Tát* nào đó thì chủ lễ nhắc nhở như sau:

"*Này thiện nam (hoặc tín nữ, nói rõ tên...), hãy nhất tâm quán tưởng đến đức Phật... (hoặc Bồ Tát, nêu rõ danh xưng của vị ấy, chẳng hạn như Phật A-di-đà, Bồ Tát Quán Thế Âm...). Hãy hình dung ngài đang xuất hiện, không có thực thể, như bóng trăng trong nước, đừng hình dung ngài có sắc thể.*"

Với đa số những người bình thường, có thể khai thị như sau:

"*Hãy quán tưởng đức Đại từ Đại bi Quán Thế Âm Bồ Tát.*"

Với cách khai thị này, nếu trong giai đoạn trước không thể nhập được *pháp thân*, thì giờ đây thần thức có thể nhận rõ ràng được cõi Phật và thể nhập vào.

Nhưng cũng có những người chưa từng tu tập thiền quán, hoặc đã từng có chánh kiến về pháp môn

Tịnh độ, nhưng trước khi chết lại bị rơi vào những ý tưởng sai lầm, vì thế phải chịu đọa sanh nơi ác đạo.

Đối với thần thức, tốt nhất là giác ngộ *chân tâm*, thể nhập *pháp thân* ngay sau khi ánh sáng đầu tiên xuất hiện. Không được như thế, thì nếu thần thức thấu hiểu được ánh sáng *pháp thân* khi xuất hiện lần thứ hai, thần thức cũng được giải thoát. Như đã nói, trong lần này tâm thức bắt đầu tỉnh dậy và tự hỏi mình còn sống hay đã chết. Nếu ở giai đoạn này, thần thức nhận biết được *pháp thân* thì sẽ giác ngộ được *chân tâm*, không bị nghiệp lực xoay chuyển. Như ánh sáng xóa tan đêm tối, nghiệp lực sẽ bị ánh sáng *pháp thân* xóa sạch, thần thức liễu ngộ. Ánh sáng *pháp thân* xuất hiện lần thứ hai chính là xuất phát từ thức sáng suốt rỗng rang vô ngại. Thần thức vào lúc đó có khả năng nghe biết như lúc còn sống. Nếu lời khai thị có kết quả, vô minh của nghiệp lực không còn, thần thức sẽ có đủ thần thông để tùy ý biến hiện khắp nơi.

Phương thức này có thể giúp thần thức liễu ngộ trong giai đoạn xuất hiện lần thứ hai của *chân tâm*. Tuy nhiên, nếu đến đây vẫn không giác ngộ, thần thức sẽ rơi vào *thân trung ấm*, có thể xem là giai đoạn thứ ba của tiến trình sau khi chết.

2. Phương thức khai thị cho thân trung ấm

Đây là giai đoạn mà nghiệp lực sẽ có tác động đến thần thức, cũng được xem là "*giai đoạn chuyển tiếp của pháp thân*". Vị chủ lễ cần kiên trì tiếp tục việc khai thị.

a. Ngày thứ nhất mang thân trung ấm

Vào lúc này, thần thức nhìn thấy rõ bà con quyến thuộc buồn rầu than khóc. Thần thức không còn thọ hưởng thức ăn. Thần thức nhìn thấy người ta thay áo quần cho mình, nhìn thấy giường ngủ của mình bị tháo dỡ đi. Thần thức nhìn thấy những người sống, nhưng họ không nhìn thấy thần thức. Thần thức nghe người ta gọi tên mình, nhưng họ không nghe được thần thức trả lời. Thần thức cảm nhận một sự bất lực và do đó đau khổ tột độ. Ba yếu tố sau đây trở thành thế giới của thần thức: âm thanh, ánh sáng nhiều màu sắc và những luồng sáng rực rỡ. Thần thức vừa sợ hãi vừa hoang mang.

Vị chủ lễ cần khai thị trong giai đoạn thân *trung ấm* này bằng cách đọc lên thật rõ ràng như sau:

"Này thiện nam (hoặc tín nữ, nói rõ tên...), hãy lắng nghe ta và đừng bị lung lạc. Có sáu giai đoạn chuyển tiếp cơ bản trong đời sống: giai đoạn sinh ra, giai đoạn trong giấc mộng, giai đoạn đại định trong thiền quán, giai đoạn ngay trước khi chết, giai đoạn thân trung ấm và giai đoạn thác sinh.

"Này thiện nam (hoặc tín nữ, nói rõ tên...), ngươi đang trải qua ba giai đoạn: giai đoạn ngay trước khi chết, giai đoạn thân trung ấm và giai đoạn thác sinh. Trong giai đoạn trước hết, ánh sáng pháp thân đã rạng chiếu cho đến ngày hôm qua mà ngươi vẫn

chưa thể nhập được, cho nên ngươi còn trầm luân nơi đây. Bây giờ ngươi đang ở hai giai đoạn tiếp theo. Hãy nhất tâm nghe lời khai thị của ta.

"Này thiện nam (hoặc tín nữ, nói rõ tên...), cái gọi là sự chết đã đến. Không phải chỉ một mình ngươi rời bỏ thế giới, mà ai ai cũng đều phải chết. Vì vậy, đừng luyến tiếc sự sống này nữa. Dù cho ngươi có tham ái sự sống, ngươi cũng không thể ở lại. Nhưng như thế chỉ khiến cho ngươi phải lưu lạc trong cõi Ta-bà mà thôi. Vì thế, đừng tham ái, đừng luyến tiếc, hãy quán tưởng Tam bảo.

"Này thiện nam (hoặc tín nữ, nói rõ tên...), dù có những cảnh tượng ghê gớm xảy ra trong lúc ngươi mang thân trung ấm, đừng quên những lời này. Hãy nhớ nghĩ đến ý nghĩa của bài kệ này:

"Ta đang mang thân trung ấm.
Mong sao không sợ sệt.
Cần nhận biết rằng,
Tất cả đều từ chân tâm biến hiện.
Và biết rằng,
Đó là cảnh tượng của thân trung ấm.
Đã tới cảnh này rồi,
Ta sẽ không sợ sệt gì cả,
Thiện thần cũng như ác thần.

"Ngươi hãy đọc bài kệ này và hiểu thấu ý nghĩa của nó. Nhất là đừng quên rằng, với tâm vững chắc, tất cả những gì hiện ra dù đáng sợ đến đâu cũng chỉ là tâm thức của chính ngươi biến hiện ra đó thôi.

"Này thiện nam (hoặc tín nữ, nói rõ tên...), khi

thức rời bỏ thân, đó là lúc pháp thân hiện ra, thanh tịnh, sáng suốt. Nhưng cũng khó biết là pháp thân, sáng rực rỡ, sáng đến độ ngươi sẽ sợ hãi, sáng đẹp như một ngày mùa xuân. Ngươi đừng sợ sệt và đừng bị lung lạc. Đó chính là ánh sáng của Phật tánh trong ngươi, hãy nhận rõ.

"Trong hào quang đó sẽ tuôn ra tiếng ồn ào như sấm dậy. Đó là âm thanh tự nhiên của pháp thân, đừng sợ sệt, đừng bị lung lạc. Ngươi không còn sắc thân bằng xương bằng thịt nữa, ngươi chỉ có thức, nên dù âm thanh, ánh sáng gì cũng không chạm được tới ngươi, ngươi không thể chết. Chỉ cần nhận rõ rằng, đó chính là tâm thức của ngươi biến hiện ra. Cần biết rằng, ngươi đang ở trong thân trung ấm.

"Này thiện nam (hoặc tín nữ, nói rõ tên...), nếu ngươi không nhận ra rằng đó chỉ là phản chiếu của tâm thức ngươi, thì dù ngươi thiền định đã bao đời, dù ngươi đã học hỏi những pháp môn gì, ngươi cũng sẽ sanh tâm sợ hãi đối với màu sắc, âm thanh, ánh sáng này, ngươi lại sẽ trầm luân trong cõi Ta-bà.

"Này thiện nam (hoặc tín nữ, nói rõ tên...), sau bốn ngày rưỡi mê man, ngươi không biết bây giờ mình ở đâu. Hãy biết rằng ngươi đang mang thân trung ấm. Trong thời điểm này, cõi Ta-bà xuất hiện trong dạng Niết-bàn, tất cả đều là ánh sáng và hình ảnh.

"Toàn thể không gian có sắc xanh và Phật Đại Nhật xuất hiện ở trung tâm. Ngài phát ra hào quang màu trắng, ngồi trên sư tử chúa, tay cầm bánh xe

tám nhánh. Ngươi sẽ thấy sắc xanh thuần tịnh của thức uẩn, của tri kiến đúng đắn, thanh tịnh sáng suốt từ thân của Phật Đại Nhật phát ra như xuyên thủng tim ngươi. Nghiệp ác của ngươi sẽ làm cho ngươi sợ sệt hào quang sắc xanh đó, làm cho ngươi muốn trốn chạy, và nghiêng về ánh sáng màu trắng nhạt của cõi trời.

"Trong lúc này, đừng sợ sệt trước hào quang sắc xanh. Đó là hào quang trí huệ, hào quang của pháp thân thường trụ. Hãy quy y Phật Đại Nhật, phát nguyện rằng: 'Đây là hào quang, trí huệ sáng suốt của Phật Đại Nhật, con xin quy y.' Đó chính là đức Phật Đại Nhật từ bi đang đến tiếp dẫn, không để cho ngươi rơi vào lục đạo.

"Ngươi đừng tha thiết gì tới ánh sáng trắng nhạt của cõi trời, đừng để ánh sáng đó thu hút, đừng nhớ tưởng gì đến. Nếu ngươi đi đến đó, ngươi sẽ lưu lạc trong cõi luân hồi, sẽ chịu khổ sinh tử. Cõi đó sẽ ngăn không cho ngươi vào Tịnh độ. Vì thế, ngươi nên hướng về hào quang sắc xanh và cùng ta đọc bài kệ tán thán Phật Đại Nhật:

> *"Vì vô minh con lạc vào cõi Ta-bà,*
> *Trong hào quang chánh tri kiến của Pháp thân,*
> *Phật Đại Nhật hiện đến tiếp dẫn,*
> *Xin cứu độ con.*
> *Xin tiếp dẫn con về cõi Tịnh độ."*

Đọc xong bài kệ đó với lòng thành kính, thần thức sẽ được hóa sanh trong cõi Phật Đại Nhật.

b. Ngày thứ hai mang thân trung ấm

Nhưng nếu thần thức vì ác niệm căm thù, giận giữ và bị nghiệp báo chiêu cảm, thì dù được khai thị thần thức cũng sẽ bỏ đi. Qua ngày thứ hai thần thức đi vào cảnh giới của Phật *Bất Động*. Vào lúc này, nếu quá mê vọng thần thức có thể sẽ phải sa vào *địa ngục*. Vị chủ lễ cần gọi tên người chết và khai thị như sau:

"Này thiện nam (hoặc tín nữ, nói rõ tên...), hãy lắng nghe. Qua ngày thứ hai ngươi sẽ thấy hào quang sắc trắng, đó là biến hiện của yếu tố nước, đồng thời Phật Bất Động của thế giới phương đông xuất hiện. Thân của ngài màu xanh, tay cầm chày kim cương năm nhánh, ngồi trên voi trắng.

"Hào quang sắc trắng của sắc uẩn thuần tịnh, trong sạch, chói chang do chư Phật phát ra như muốn xuyên thủng tim ngươi, mắt ngươi hầu như không chịu nỗi. Đồng thời ngươi cũng cảm nhận một thứ ánh sáng xám đục của cõi địa ngục mời mọc ngươi. Do ảnh hưởng của ác nghiệp căm thù, giận giữ, có thể ngươi sẽ tìm cách xa lánh hào quang sắc trắng của chư Phật và tìm đến ánh sáng xám đục.

"Trong lúc này, hãy nhớ đừng sợ hào quang chói sáng. Phải nhận ra rằng đó là hiện thân của Đại viên cảnh trí. Hãy quy y Phật Bất Động bằng cách khởi niệm: 'Đây là hào quang của Phật Bất Động từ bi, con xin quy y.' Đức Phật Bất Động đã hiện đến để tiếp dẫn, ngươi hãy hướng về ngài.

"Đừng tha thiết gì tới ánh sáng xám đục của cõi địa ngục. Đây là biểu hiện của vô minh trong ngươi, xuất phát từ sự căm ghét. Nếu ngươi tới đó, ngươi sẽ chìm đắm trong đau khổ vô hạn, không có lối ra. Nẻo đường đó sẽ ngăn cản ngươi đi vào Tịnh độ. Đừng nhớ nghĩ tới nó, chỉ thiết tha mong cầu được thể nhập vào hào quang sắc trắng của đức Phật Bất Động và cùng ta đọc bài kệ:

"Vì sân hận con lạc vào cõi Ta-bà.
Trong hào quang chánh tri kiến của pháp thân,
Phật Bất Động ngự đến tiếp dẫn.
Xin cứu độ con.
Xin tiếp dẫn con về cõi Tịnh độ."

Đọc xong bài kệ với lòng thành kính, thần thức sẽ được Phật Bất Động tiếp dẫn về cõi Tịnh độ phương đông.

c. Ngày thứ ba mang thân trung ấm

Tuy nhiên, vẫn có nhiều thần thức vì quá sân hận, ngã mạn, bị mê vọng che kín, sẽ không nghe theo lời khai thị mà bỏ đi. Những thần thức này qua ngày thứ ba sẽ đi vào cảnh giới của Phật *Bảo Sanh*. Trong cảnh giới này cũng có cả biểu hiện của cõi người. Vị chủ lễ cần gọi tên người chết và khai thị như sau:

"Này thiện nam (hoặc tín nữ, nói rõ tên...), hãy lắng nghe. Qua ngày thứ ba ngươi sẽ thấy một luồng hào quang sắc vàng, đó là biểu hiện của yếu tố đất, đồng thời Phật Bảo Sanh của thế giới phương nam

xuất hiện. Thân ngài màu vàng chói, tay cầm thất bảo, ngồi trên mình thiên mã.

"Hào quang sắc vàng của thọ uẩn thuần tịnh, của Bình đẳng tánh trí, trong sạch, chói chang hầu như muốn xuyên thủng tim ngươi, mắt ngươi không dám nhìn. Đồng thời trong hào quang mênh mông sắc vàng đó, một thứ ánh sáng xanh nhạt của cõi người sẽ đến với ngươi. Do ảnh hưởng của ác nghiệp ngã mạn, ngươi sẽ tìm cách xa lánh hào quang sắc vàng và đến với ánh sáng xanh nhạt.

"Trong lúc này, đừng sợ hãi hào quang sắc vàng, phải nhận ra rằng đó là biểu hiện của chánh tri kiến. Hãy giữ cho thức của ngươi yên tĩnh, không có chỗ mong cầu. Hãy nhận ra rằng đó là tướng trạng của chính tâm thức ngươi, hãy thể nhập vào đó và ngươi sẽ giác ngộ. Nếu không nhận ra đó chính là tâm thức ngươi, hãy xin quy y bằng cách phát nguyện rằng: 'Đây là hào quang của đức Phật Bảo Sanh từ bi, con xin quy y.'

"Đừng tha thiết gì tới ánh sáng xanh nhạt của cõi người. Đó chính là biểu hiện của ngã mạn trong tâm thức ngươi. Nếu rơi vào đó, ngươi sẽ thác sanh vào thế giới con người và chịu cảnh sanh lão bệnh tử, không bao giờ thoát ra được. Nẻo đường đó ngăn cản ngươi sanh về cõi Tịnh độ. Bởi vậy, đừng tha thiết gì tới thứ ánh sáng của ngã mạn, chỉ hết lòng cầu mong được thể nhập vào hào quang sắc vàng của đức Phật Bảo Sanh và cùng ta đọc bài kệ này:

"Vì ngã mạn con lạc vào cõi Ta-bà.
Trong hào quang chánh tri kiến của Pháp thân,
Phật Bảo Sanh hiện đến tiếp dẫn.
Xin cứu độ con.
Xin tiếp dẫn con về cõi Tịnh độ."

Sau khi đọc xong bài kệ này với lòng thành kính, thần thức sẽ được sanh về cõi Phật Bảo Sanh ở phương nam.

d. Ngày thứ tư mang thân trung ấm

Được khai thị như trên, dù là thuộc hạng hạ căn thấp trí cũng sẽ được giác ngộ. Tuy nhiên, có nhiều trường hợp khác do chưa từng gieo trồng căn lành, tạo nhiều nghiệp ác, nên vẫn chưa thể giác ngộ. Do bị nghiệp báo tham ái chiêu cảm, những thần thức ấy sẽ bỏ đi. Qua đến ngày thứ tư, những thần thức này sẽ đi vào cảnh giới của Phật *A-di-đà*. Trong cảnh giới này cũng có cả dấu hiệu của cõi ngạ quỷ, biểu hiện của lòng tham. Vị chủ lễ cần gọi tên người chết và khai thị như sau:

"Này thiện nam (hoặc tín nữ, nói rõ tên...), hãy lắng nghe. Qua ngày thứ tư ngươi sẽ thấy một luồng hào quang sắc đỏ, đó là biểu hiện của yếu tố lửa, đồng thời Phật A-di-đà của thế giới phương tây xuất hiện. Thân ngài màu đỏ, tay cầm hoa sen, ngồi trên thần điểu.

"Hào quang sắc đỏ của tưởng uẩn thuần tịnh, của Diệu quán sát trí, trong sạch, chói chang hầu

như muốn xuyên thủng tim ngươi, mắt ngươi không dám nhìn. Đồng thời, ngoài những hào quang mênh mông sắc đỏ ấy, một thứ ánh sáng vàng nhạt của cõi ngạ quỷ cũng sẽ đến với ngươi. Do ảnh hưởng của ác nghiệp tham lam, ngươi sẽ tìm cách xa lánh hào quang sắc đỏ và đến với ánh sáng vàng nhạt. Trong lúc này, đừng sợ hãi hào quang sắc đỏ, phải nhận ra rằng đó chính là biểu hiện của chánh tri kiến. Hãy giữ cho thức của ngươi yên tĩnh, không có chỗ mong cầu. Hãy nhận ra rằng đó là tướng trạng của chính tâm thức ngươi, hãy thể nhập vào đó và ngươi sẽ giác ngộ. Nếu không nhận ra đó chính là tâm thức của ngươi, hãy xin quy y bằng cách phát nguyện rằng: 'Đây là hào quang của đức Phật A-di-đà từ bi, con xin quy y.' Đừng sợ hãi, đừng bỏ đi!

"Đừng tha thiết gì tới ánh sáng vàng nhạt của cõi ngạ quỷ. Đó chính là biểu hiện của sự tham lam trong tâm thức ngươi. Nếu rơi vào đó, ngươi sẽ thác sanh vào thế giới ngạ quỷ và chịu cảnh đói khát khủng khiếp, không bao giờ thoát ra được. Nẻo đường đó ngăn cản ngươi thác sanh về cõi Tịnh độ. Bởi vậy, đừng tha thiết gì tới thứ ánh sáng của tham ái, chỉ hết lòng cầu mong được thể nhập vào hào quang sắc đỏ của đức Phật A-di-đà và cùng ta đọc bài kệ này:

"Vì tham ái con lạc vào cõi Ta-bà.
Trong hào quang chánh tri kiến của pháp thân,
Phật A-di-đà hiện đến tiếp dẫn.
Xin cứu độ con.
Xin tiếp dẫn con về cõi Tịnh độ."

Đọc xong bài kệ đó với lòng thành kính, thần thức sẽ được sanh về cõi Phật *A-di-đà* ở phương tây.

e. Ngày thứ năm mang thân trung ấm

Được khai thị như trên, đa số các thần thức đều sẽ giác ngộ. Tuy nhiên, còn có những người vì ác nghiệp nhiều đời nên sanh tâm sợ hãi đối với hào quang chư Phật. Thần thức những người này lạc qua ngày thứ năm của thân *trung ấm* và đi vào cảnh giới của Phật *Bất Không Thành Tựu*. Trong cảnh giới này còn có yếu tố của *a-tu-la*, biểu hiện của tật đố, ganh ghét. Vị chủ lễ cần gọi tên người chết và khai thị như sau:

"Này thiện nam (hoặc tín nữ, nói rõ tên...), hãy lắng nghe. Qua ngày thứ năm ngươi sẽ thấy một luồng hào quang sắc xanh lục, đó là biểu hiện của yếu tố gió, đồng thời Phật Bất Không Thành Tựu của thế giới phương bắc hiện đến. Thân ngài màu xanh lục, tay cầm chày kim cương, ngồi trên thần điểu Ca-lâu-la.

"Hào quang màu xanh lục của hành uẩn thuần tịnh, của Thành sở tác trí trong sạch, chói chang hầu như muốn xuyên thủng tim ngươi, mắt ngươi không dám nhìn. Đừng sợ hãi, đó chẳng qua là tâm thức ngươi biến hiện ra đó thôi. Vì vậy hãy cố giữ tâm vô niệm, không xa không gần, không yêu không ghét. Đồng thời, bên cạnh hào quang sắc lục đó, hiện ra một thứ ánh sáng đỏ nhạt của a-tu-la, biểu hiện của tật đố, ganh tị. Hãy quán xét về yêu ghét, và nhận ra

rằng chúng không sai khác. Nếu không hiểu rõ điều này, ngươi sẽ bị ánh sáng a-tu-la thu hút.

"Trong thời điểm này, do ảnh hưởng của tâm ganh tị, ngươi sẽ sanh lòng sợ hãi đối với luồng hào quang màu xanh lục và hướng về ánh sáng đỏ nhạt của a-tu-la. Đừng sợ sệt luồng hào quang này, hãy nhận ra rằng đó chính là trí huệ. Hãy giữ tâm thức bình tĩnh và phát nguyện rằng: 'Đây là hào quang của đức Phật Bất Không Thành Tựu, con xin quy y.' Đó chính là hào quang của Thành sở tác trí, hãy nương vào đó và đừng trốn chạy.

"Đừng tha thiết gì tới ánh sáng đỏ nhạt của a-tu-la. Đó chính là biểu hiện của tật đố, ganh tị trong tâm thức ngươi. Nếu rơi vào đó, ngươi sẽ thác sanh vào thế giới a-tu-la và luôn luôn đấu tranh giành giật. Nẻo đường đó ngăn cản ngươi sanh về cõi Tịnh độ. Bởi vậy, đừng tha thiết gì tới thứ ánh sáng của a-tu-la, chỉ hết lòng cầu mong được thể nhập vào hào quang sắc xanh lục của đức Phật Bất Không Thành Tựu và cùng ta đọc bài kệ này:

> *"Vì tật đố ganh tị con lạc vào cõi Ta-bà.*
> *Trong hào quang chánh tri kiến của pháp thân,*
> *Phật Bất Không hiện đến tiếp dẫn.*
> *Xin cứu độ con.*
> *Xin tiếp dẫn con về cõi Tịnh độ."*

Đọc xong bài kệ này với lòng thành kính, thần thức sẽ được sanh về cõi Phật Bất Không Thành Tựu ở phương bắc.

f. Ngày thứ sáu mang thân trung ấm

Sau nhiều lần khai thị, cho dù không có nhiều thiện nghiệp, thần thức vẫn chắc chắn sẽ được giác ngộ. Tuy nhiên, với những người chưa từng được nghe biết đến Phật sẽ sợ hãi và hoang mang, nên phải tiếp tục trầm luân. Thần thức của những người này qua ngày thứ sáu sẽ thấy năm vị Phật của năm cõi cùng xuất hiện, đồng thời với những ánh sáng biểu hiện của lục đạo.

Lúc này, vị chủ lễ gọi tên người chết và khai thị như sau:

"Này thiện nam (hoặc tín nữ, nói rõ tên...), hãy lắng nghe. Ngươi đã được khai thị năm lần qua năm ánh hào quang của chư Phật mà vẫn bị mê vọng lôi kéo nên còn ở nơi đây. Nếu ngươi nhận ra những luồng hào quang đó chính là trí huệ của ngươi biến hiện ra thì ngươi đã an trú trong chánh niệm và đã được giải thoát. Nhưng vì không nhận rõ như thế nên ngươi vẫn còn phải trôi nổi. Giờ đây, ngươi hãy lắng nghe.

"Lúc này, năm uẩn[1] *và bốn trí*[2] *cùng xuất hiện để tiếp dẫn ngươi. Này thiện nam (hoặc tín nữ, nói rõ tên...), bốn luồng hào quang do tứ đại biến hiện, cùng với đức Phật Đại Nhật ở trung tâm, đức Phật Bất Động ở phương đông, đức Phật Bảo Sanh ở*

[1] Sắc uẩn, thọ uẩn, tưởng uẩn, hành uẩn, thức uẩn.

[2] Đại viên cảnh trí, Bình đẳng tánh trí, Diệu quan sát trí, Thành sở tác trí.

phương nam, đức Phật A-di-đà ở phương tây và đức Phật Bất Không Thành Tựu ở phương bắc đều xuất hiện.

"Tiếp theo, ngươi sẽ thấy bốn mươi hai vị thiện thần xuất hiện, hãy nhận rõ rằng các vị đó xuất phát từ trái tim ngươi, là biến hiện của chính tâm thức ngươi.

"Này thiện nam (hoặc tín nữ, nói rõ tên...), những cảnh giới này không phải gì khác hơn mà chính là bốn cõi trong tâm, cùng với cõi trung tâm tạo thành năm cõi, từ trong tâm biến hiện ra trước mắt ngươi. Mọi hình ảnh không từ đâu đến, chỉ hoàn toàn do tâm thức ngươi biến hiện. Hãy nhớ rõ điều đó!

"Này thiện nam (hoặc tín nữ, nói rõ tên...), những hình ảnh đó vô cùng diệu dụng, không ngăn ngại, cản trở nhau. Mỗi cõi đều có báu vật riêng, có màu sắc riêng, có sắc thái riêng, có quyến thuộc riêng. Toàn bộ Mạn-đà-la này gồm có năm cõi sẽ xuất hiện đầy đủ. Hãy nhận ra đó là các vị hộ pháp của chính ngươi.

"Này thiện nam (hoặc tín nữ, nói rõ tên...), từ trái tim chư Phật chiếu ra bốn luồng hào quang của bốn trí, rất chói lọi rực rỡ, như ánh mặt trời.

"Trước hết, đó là Phật trí. Một luồng hào quang trắng từ Phật Đại Nhật chiếu sáng ra. Trong luồng hào quang đó hiện ra vô số ánh sáng trắng, không trung tâm, không biên độ.

"Từ nơi đức Phật Bất Động, hào quang màu xanh của Đại viên cảnh trí phát ra như một vòng sáng xanh biếc. Từ nơi đức Phật Bảo Sanh, hào quang sắc vàng của Bình đẳng tánh trí hiện ra như một cái đĩa vàng. Từ nơi đức Phật A-di-đà, hào quang sắc đỏ của Diệu quán sát trí hiện ra, không trung tâm, không biên độ. Các hào quang đó sẽ chiếu thấu tim ngươi.

"Này thiện nam (hoặc tín nữ, nói rõ tên...), các hào quang đó thật ra cũng xuất phát từ tâm thức của ngươi, không từ đâu đến, vì vậy đừng lo sợ, cứ giữ mình trong vô niệm. Như thế, các hình ảnh và hào quang đó sẽ thể nhập vào ngươi, và ngươi sẽ giác ngộ.

"Này thiện nam (hoặc tín nữ, nói rõ tên...), hào quang sắc xanh lục của Thành sở tác trí không xuất hiện, vì ngươi chưa đạt đến năng lực của trí này.

"Này thiện nam (hoặc tín nữ, nói rõ tên...), đây là cảnh tượng bốn trí xuất hiện. Hãy nhớ lại những gì đã học hỏi về bốn trí này, nhớ lại nghĩa lý của nó, ngươi sẽ phát sanh lòng tin nơi những gì đã học, sẽ nhận ra, như mẹ gặp con, như bạn hữu lâu ngày gặp nhau, như dứt bỏ được một nghi vấn, ngươi sẽ nhận ra đó chính là tâm thức ngươi biến hiện ra. Ngươi sẽ đi trên đường chánh đạo, sẽ đạt được thiền định và sẽ thác sanh trong cảnh giới chư Phật, không còn sinh tử.

"Này thiện nam (hoặc tín nữ, nói rõ tên...), xuất hiện đồng thời với hào quang của bốn trí là những ánh sáng vô minh của lục đạo: ánh sáng trắng nhạt

của cõi trời, ánh sáng đỏ nhạt của cõi a-tu-la, xanh nhạt của cõi người, xanh lục nhạt của cõi súc sanh, vàng nhạt của cõi ngạ quỷ và xám nhạt của địa ngục. Đừng bị các thứ ánh sáng đó lôi kéo, hãy giữ mình trong vô niệm. Nếu ngươi sợ hãi hào quang của bốn trí và bị những ánh sáng của lục đạo lôi kéo, ngươi sẽ thác sanh vào một trong sáu cõi, sẽ trầm luân mãi mãi trong luân hồi, không bao giờ thoát được.

"Này thiện nam (hoặc tín nữ, nói rõ tên...), nếu không được minh sư khai thị, ngươi sẽ sợ sệt hào quang của bốn trí và bị lôi cuốn vào cõi luân hồi. Hãy thận trọng quán tưởng như sau: 'Hào quang của bốn trí, của chư Phật từ bi đang đến tiếp dẫn con, con xin quy y.'

"Đừng để bị ánh sáng của lục đạo lôi kéo, hãy cùng ta đọc bài kệ này:

> *"Vì năm thứ dục vọng con lạc vào cõi Ta-bà.*
> *Trong hào quang của bốn trí hợp lại,*
> *Cầu xin năm vị Phật,*
> *Chư Bồ Tát hiện đến tiếp dẫn.*
> *Cứu độ con khỏi rơi vào sáu nẻo vô minh.*
> *Xin cứu độ con.*
> *Xin tiếp dẫn con vào cõi Tịnh độ."*

Khi đọc xong bài kệ này, thần thức sẽ nhận ra thức mình. Và với tâm nhất nguyên, thần thức sẽ được giải thoát. Có nhiều người nhờ hết lòng quy y sẽ được giác ngộ, ngay cả những người hạ căn thấp trí cũng nhờ sự nhất tâm niệm Phật mà không bị tái sinh trong cõi *Ta-bà* và được siêu thoát.

g. Ngày thứ bảy mang thân trung ấm

Nhờ sự khai thị rõ ràng như trên, rất nhiều chúng sanh đã được giác ngộ. Tuy thế, vẫn còn có nhiều người, hoặc vì chưa bao giờ nghe pháp, hoặc vì đã từng tạo quá nhiều ác nghiệp, bị nghiệp lực lôi kéo, bị vô minh che phủ, nên không nhận được những lời khai thị và bỏ đi. Qua ngày thứ bảy, thần thức của những người này sẽ đến cảnh giới của Phật *Minh Trì*. Nơi đây đồng thời cũng có ánh sáng của cõi súc sanh, biến hiện của vô minh. Vị chủ lễ nên gọi tên người chết và khai thị như sau:

"Này thiện nam (hoặc tín nữ, nói rõ tên...), hãy lắng nghe. Ngày thứ bảy ngươi sẽ thấy hiện ra một hào quang năm sắc, đó là biến hiện của yếu tố không. Đức Phật Minh Trì hiện ra ở trung tâm, thân ngài có màu ngũ sắc, quyến thuộc của ngài cũng xuất hiện, trông rất đáng sợ. Từ bốn phương đông, tây, nam, bắc, đức Phật Minh Trì xuất hiện dưới bốn dạng khác nhau, có lúc hiền từ, có lúc giận giữ, và trong hào quang của ngài cũng hiện ra vô số các vị Bồ Tát, thiên tướng, hộ pháp ... cũng như những hình ảnh có khi hiền từ, có khi đáng sợ.

"Này thiện nam (hoặc tín nữ, nói rõ tên...), hào quang đó phát ra từ tâm thức của ngươi, năm sắc chói chang, sáng rực rỡ, như muốn xuyên thủng tim ngươi, làm mắt ngươi không dám nhìn. Đồng thời ánh sáng mờ mờ màu lục nhạt của cõi súc sanh bắt đầu chiếu đến. Do ảnh hưởng của nghiệp báo, người có thể bị ánh sáng ấy thu hút. Trong giai đoạn này,

đừng sợ sệt hào quang ngũ sắc, hãy nhận rằng đó là biểu hiện của chánh tri kiến.

"Từ trong hào quang năm sắc đó sẽ xuất hiện rất nhiều tiếng ồn ào như sấm dậy, như tiếng vũ khí chạm nhau, nghe rất ghê sợ. Nhưng đừng sợ sệt, đừng bỏ chạy. Hãy nhận ra đó chính là tâm thức ngươi biến hiện. Đừng bị ánh sáng của cõi súc sanh thu hút. Một khi sa vào đó, ngươi sẽ bị vô minh vây phủ, không có ý thức, câm nín, làm nô lệ, không bao giờ thoát được.

"Hãy hướng về hào quang năm sắc của đức Phật Minh Trì và khởi niệm như thế này: 'Đức Phật Minh Trì cùng quyến thuộc đang đến tiếp dẫn con vào cõi không. Cũng như những chúng sanh khác, vì chưa trồng căn lành, chưa được tiếp độ, mặc dù đã được năm vị Phật hiện đến tiếp dẫn. Con xin các vị Phật ba đời quá khứ, hiện tại, vị lai cứu độ con và vô lượng chúng sanh. Lạy đức Phật Minh Trì, xin đừng để con phải thối chuyển, xin hãy cứu độ con vào cõi không, cõi Tịnh độ.' Hãy nhất tâm cùng ta đọc bài kệ sau đây:

> *"Cầu mong đức Phật Minh Trì từ bi cứu độ.*
> *Vì ác nghiệp con lạc vào cõi Ta-bà.*
> *Trong hào quang của chánh tri kiến,*
> *Cầu mong đức Phật Minh Trì,*
> *Cùng quyến thuộc đến tiếp dẫn.*
> *Xin cứu độ con.*
> *Xin tiếp dẫn con vào cõi Tịnh độ."*

Khi đọc xong bài kệ này với tâm thành kính, thần thức sẽ thể nhập trong hào quang đức Phật *Minh Trì* và vãng sinh về thế giới Tịnh độ của ngài, không còn nghi ngờ gì nữa.

Tới đây chấm dứt phần khai thị cho thần thức trong giai đoạn *ngay trước khi chết* và *giai đoạn chuyển tiếp trong thân trung ấm*, lúc mà các ác thần chưa xuất hiện.

3. Khi các ác thần xuất hiện

Tới đây, thần thức đã trải qua tổng cộng bảy giai đoạn, với sự xuất hiện của chư Phật và các vị thiện thần. Với phương thức khai thị như trên trong mỗi giai đoạn, vô số chúng sanh đã được giải thoát. Mặc dù vậy, số lượng chúng sanh bị vô minh che lấp, bị nghiệp lực lôi kéo, vẫn còn rất lớn. Vô minh và nghiệp báo làm điều kiện cho nhau, khiến cho thần thức phải trầm luân mãi mãi.

Sau khi đã gặp các vị thiện thần, được thấy Phật *Minh Trì* và quyến thuộc, thần thức sẽ đến giai đoạn nhìn thấy xuất hiện 58 vị ác thần (hay nộ thần, thần hung nộ) mình đầy lửa, miệng hút máu. Đây là *biến dạng của các vị thiện thần.* Khi gặp các ác thần, thần thức vô cùng sợ hãi, nên lại càng không nhận ra. Trong lúc này, thần thức tập trung cao độ vì căng thẳng.

Trong hoàn cảnh này, đối với người không được

nghe pháp thì dù có một biển tri thức cũng không giúp ích được gì! Ngay cả những bậc thầy đã từng tu tập cũng có thể sẽ mù quáng và không biết là mình đang sắp lạc vào cõi luân hồi. Thông thường, thần thức trong giai đoạn này càng thấy sợ hãi hơn, nên phải đọa vào ác đạo và chịu khổ đau. Tuy nhiên, những người đã từng tu tập Mật tông sẽ có thể nhận ra được rằng các vị ác thần đó chính là những Bồ Tát bảo hộ cho mình. Vì thế, giống như người gặp lại bạn cũ đã lâu ngày, người ấy sẽ tin tưởng ngay vào các ác thần, thể nhập vào đó và được giải thoát. Sở dĩ như thế là vì những người tu tập Mật tông vốn đã thấy hình ảnh các vị ác thần này từ lúc còn sống, và khi hình ảnh của các vị xuất hiện, họ có thể nhận ra được ngay.

Đối với những người không hiểu được bản chất thực sự của hình ảnh các vị ác thần, sẽ hốt nhiên thấy những hình ảnh đó rất dữ tợn, tưởng rằng đó là kẻ thù của mình nên khởi niệm căm thù, và kết quả là đọa vào các nẻo ác.

Người đã từng tu tập và tạo nhiều thiện nghiệp, thường thì vừa tắt hơi thở đã thấy chư Phật hiện đến tiếp dẫn vào cõi Tịnh độ, đầy ngũ sắc, thiên nhạc, ánh sáng. Nhục thân của những vị ấy sẽ để lại *xá-lợi*.

Nếu thần thức ngộ được tâm thức mình *ngay trước khi chết*, thần thức sẽ thể nhập vào *pháp thân thường trú*. Nếu ngộ được tâm thức mình *trong giai đoạn mang thân trung ấm*, thần thức sẽ thể nhập cõi

Tịnh độ của chư Phật. Nếu ngộ được tâm thức *trong giai đoạn đầu thai*, thần thức sẽ gặp được pháp môn này trong đời sống tiếp sau đó.

Đây là một pháp môn vi diệu, chỉ cần nghe tới đã có thể từ bỏ vô minh, trong một niệm đã chứng giác ngộ, không rơi trở lại các đường ác.

a. Ngày thứ tám mang thân trung ấm

Khi đến giai đoạn các vị ác thần xuất hiện, chủ lễ gọi tên người chết ba lần rồi tiếp tục khai thị như sau:

"Này thiện nam (hoặc tín nữ, nói rõ tên...), hãy lắng nghe. Mặc dù các vị thiện thần đã hiện ra, nhưng ngươi vẫn chưa nhận rõ nên còn trôi nổi đến đây. Hôm nay là ngày thứ tám, các vị ác thần hiện ra. Ngươi hãy nhận rõ.

"Này thiện nam (hoặc tín nữ, nói rõ tên...), đức Phật Hoạt Bi[1] *hiện rõ trước mắt ngươi. Thân của Ngài màu đỏ sậm, có ba đầu sáu tay, bốn chân dạng ra. Đầu bên phải màu trắng, bên trái màu đỏ, ở giữa màu đỏ thẫm. Thân ngài như có lửa bốc ra, răng bóng loáng như đồng, miệng cười phát ra những âm thanh 'a la la', 'ha ha' và 'su hu'. Tóc ngài màu đỏ, dựng ngược, mình đầy đầu lâu, rắn rết. Sáu tay của ngài cầm các món: bánh xe, giáo mác, kiếm sắc, chuông đồng, lưỡi cày và đầu lâu.*

---

[1] Heruka

"Đừng sợ hãi, đừng tán loạn. Đó chính là biến hiện của tâm thức ngươi. Thực ra, đây cũng chính là đức Phật Đại Nhật biến hiện ra. Nhận hiểu được như thế, ngươi sẽ giải thoát."

Một khi biết rõ như vậy, thần thức sẽ thể nhập vào tâm thức mình và sanh về cõi Tịnh độ.

b. Ngày thứ chín mang thân trung ấm

Mặt khác, nếu sợ sệt và chạy trốn, qua ngày thứ chín thần thức sẽ thấy xuất hiện cõi *Kim Cương*[1] trước mặt. Chủ lễ gọi tên người chết rồi khai thị như sau:

"Này thiện nam (hoặc tín nữ, nói rõ tên...), hãy lắng nghe. Hôm nay là ngày thứ chín, Phật Hoạt Bi Kim Cương[2] *sẽ hiện rõ trước mắt ngươi. Thân của ngài màu xanh đậm, có ba đầu sáu tay, bốn chân dạng ra. Đầu bên phải màu trắng, bên trái màu xanh, ở giữa màu đỏ thẫm. Sáu tay ngài cầm các món: chày kim cương, sọ người, giáo mác, chuông đồng và lưỡi cày.*

"Đừng sợ hãi, đừng tán loạn. Đó chính là biến hiện của tâm thức ngươi. Thực ra, đây chính là đức Phật Bất Động biến hiện ra. Nhận hiểu được như thế, ngươi sẽ giải thoát."

Một khi biết rõ như vậy, thần thức sẽ thể nhập vào tâm thức mình và sinh về cõi Tịnh độ.

---

[1] Vajra

[2] Vajra Heruka

c. Ngày thứ mười mang thân trung ấm

Tuy thế, cũng có nhiều chúng sanh vì ác nghiệp nặng nề nên sợ sệt và chạy trốn. Thần thức của những chúng sanh ấy, qua ngày thứ mười sẽ thấy xuất hiện cõi *Bảo Sanh* trước mặt. Chủ lễ gọi tên người chết rồi khai thị như sau:

"Này thiện nam (hoặc tín nữ, nói rõ tên...), hãy lắng nghe. Qua ngày thứ mười, Phật Hoạt Bi Bảo Sanh[1] *sẽ hiện rõ trước mắt ngươi. Thân ngài vàng sậm, có ba đầu sáu tay, bốn chân dạng ra. Đầu bên phải màu trắng, bên trái màu đỏ, ở giữa màu vàng sậm. Sáu tay ngài cầm các món: bảo vật, khí giới, thịt người, chuông đồng và đầu lâu.*

"Đừng sợ hãi, đừng tán loạn. Đó chính là biến hiện của tâm thức ngươi. Thực ra, đây chính là đức Phật Bảo Sanh biến hiện ra. Nhận hiểu được như thế, ngươi sẽ giải thoát."

Một khi biết rõ như vậy, thần thức sẽ thể nhập vào tâm thức mình và sanh về cõi Tịnh độ.

d. Ngày thứ mười một mang thân trung ấm

Nhưng dù được khai thị như trên, vẫn có những thần thức bị nghiệp lực lôi kéo nên không nhận ra tâm thức của mình. Qua ngày thứ mười một, những thần thức này sẽ thấy xuất hiện cõi *Liên Hoa*[2] trước mặt. Chủ lễ gọi tên người chết rồi khai thị như sau:

---

[1] Ratna Heruka

[2] Padma

"Này thiện nam (hoặc tín nữ, nói rõ tên...), hãy lắng nghe. Hôm nay là ngày thứ mười một, đức Phật Hoạt Bi Liên Hoa[1] *sẽ hiện rõ trước mắt ngươi. Thân của ngài màu đỏ sậm, có ba đầu sáu tay, bốn chân dạng ra. Đầu bên phải màu trắng, bên trái màu xanh, ở giữa màu đỏ sậm. Sáu tay ngài cầm các món: hoa sen, đinh ba, chùy sắt, chuông đồng, đầu lâu và trống nhỏ.*

"Đừng sợ hãi, đừng tán loạn. Đó chính là biến hiện của tâm thức ngươi. Thực ra, đây chính là đức Phật A-di-đà biến hiện ra. Nhận hiểu được như thế, ngươi sẽ giải thoát."

Một khi biết rõ như vậy, thần thức sẽ thể nhập vào tâm thức mình và sanh về cõi Tịnh độ.

e. Ngày thứ mười hai mang thân trung ấm

Dù được khai thị nhiều lần như trên, vẫn có những thần thức bị nghiệp lực lôi kéo nên không nhận ra tâm thức của mình. Qua ngày thứ mười hai, những thần thức này sẽ thấy xuất hiện cõi *Nghiệp Thức*[2] trước mắt với vô số quỷ thần. Chủ lễ gọi tên người chết rồi khai thị như sau:

"Này thiện nam (hoặc tín nữ, nói rõ tên...), hãy lắng nghe. Qua ngày thứ mười hai, đức Phật Hoạt Bi Nghiệp Thức[3] *sẽ hiện rõ trước mắt ngươi. Thân*

[1] Padma Heruka

[2] Karma

[3] Karma Heruka

ngài màu lục sậm, có ba đầu sáu tay, bốn chân dạng ra. Đầu bên phải màu trắng, bên trái màu đỏ, ở giữa màu lục sậm. Sáu tay ngài cầm các món: gươm, đinh ba, chùy sắt, chuông đồng, đầu lâu và lưỡi cày.

"Đừng sợ hãi, đừng tán loạn. Đó chính là biến hiện của tâm thức ngươi. Thực ra, đây chính là đức Phật Bất Không Thành Tựu biến hiện ra. Nhận hiểu được như thế, ngươi sẽ giải thoát."

Một khi biết rõ được như vậy, thần thức sẽ thể nhập vào tâm thức mình và sanh về cõi Tịnh độ.

Nhờ được nghe những lời khai thị như trên, thần thức sẽ có thể nhận rõ được mọi cảnh tượng mình trông thấy đều chính là do tâm thức biến hiện, và do đó được giải thoát.

Như có người thấy một con sư tử nhồi bông, sanh tâm sợ hãi. Nếu có ai chỉ rõ cho biết đó chỉ là một con thú nhồi bông, người ấy sẽ không còn sợ hãi. Ở đây cũng thế, tâm thức biến hiện ra những hình thù dữ tợn, choáng hết cả không gian, nhưng nếu nhận ra được đó chính là tâm thức của mình, như mẹ gặp con, như người quen biết lâu ngày gặp lại nhau, thần thức sẽ giải thoát.

Nếu không hiểu được những lời khai thị này, dù một người có thiện nghiệp cũng có thể sợ hãi và đi vào cõi luân hồi.

f. Ngày thứ mười ba mang thân trung ấm

Đến đây, nếu vẫn chưa nhận được tâm thức của mình, thần thức sẽ nhìn thấy 8 loại ác thần với các hình dạng khác nhau xuất hiện trước mắt. Chủ lễ cần gọi tên người chết và khai thị như sau:

"Này thiện nam (hoặc tín nữ, nói rõ tên...), hãy lắng nghe. Hôm nay là ngày thứ mười ba, 8 vị ác thần đang hiện ra trước mắt ngươi. Đừng sợ hãi.

"Từ phương đông, ác thần màu trắng xuất hiện, tay trái ôm xác chết, tay phải cầm đầu lâu. Đừng sợ hãi.

"Từ phương nam, ác thần màu vàng xuất hiện, tay cầm cung tên.

"Từ phương tây, ác thần màu đỏ xuất hiện, tay cầm da cá sấu.[1]

"Từ phương bắc, ác thần màu đen xuất hiện, tay cầm chày kim cương và đầu lâu.

"Từ phương đông nam, ác thần màu da cam ăn thịt người xuất hiện.

"Từ phương tây nam, ác thần màu lục uống máu người xuất hiện.

"Từ phương tây bắc, ác thần màu vàng ăn thịt người xuất hiện.

"Từ phương đông bắc, ác thần màu xanh ăn thịt người xuất hiện.

"Tất cả các ác thần, tụ tập quanh năm vị thần đã nói ở trên[2] *đều xuất hiện rất rõ ràng trước mắt ngươi. Đừng sợ hãi!*

---

[1] Makara

[2] Tức là 5 vị ác thần hình dạng hung tợn nhưng thực ra là do chư Phật biến hiện, đã nói ở đoạn trước.

"Này thiện nam (hoặc tín nữ, nói rõ tên...), hãy lắng nghe. Sau các vị ác thần đó, sẽ đến các loài quỷ thần mặt thú hiện ra.

"Từ phía đông, xuất hiện vị thần màu đỏ, đầu sư tử, tay cầm xác người.

"Từ phía nam, xuất hiện vị thần màu đỏ, đầu cọp, tay dài chỉ xuống chấm đất.

"Từ phía tây, xuất hiện vị thần màu đen, đầu chó sói, tay cầm lưỡi dao và thịt người.

"Từ phía bắc, xuất hiện vị thần màu xanh thẩm, đầu chó sói, ăn thịt người.

"Từ phía đông nam, xuất hiện vị thần màu vàng, đầu kên kên, mang trên vai xác chết, tay cầm xương khô.

"Từ phía tây nam, xuất hiện vị thần màu đỏ sậm, đầu chim ó, mang trên vai da người.

"Từ phía tây bắc, xuất hiện vị thần màu đen, đầu chin quạ, tay cầm đầu lâu và lưỡi kiếm, ăn thịt người.

"Từ phía đông bắc, xuất hiện vị thần màu xanh thẩm, đầu chim cú, tay cầm chày kim cương và lưỡi kiếm.

"Tám vị quỷ thần này, tụ tập quanh năm vị thần nói trên, cùng hiện rõ trước mắt ngươi.

"Đừng sợ hãi, đừng tán loạn. Đó chính là biến hiện của tâm thức ngươi. Nhận hiểu được như thế, ngươi sẽ giải thoát."

g. Ngày thứ mười bốn mang thân trung ấm

Cho đến lúc này, nếu thần thức vẫn chưa nhận ra được tâm thức của chính mình, chủ lễ cần tiếp tục khai thị như sau:

"Này thiện nam (hoặc tín nữ, nói rõ tên...), hôm nay là ngày thứ mười bốn, sẽ có bốn vị hộ pháp hiện rõ trước mắt ngươi, hãy nhận ra.

"Từ phía đông, xuất hiện vị hộ pháp màu trắng, đầu cọp, tay cầm đầu lâu.

"Từ phía nam, xuất hiện vị hộ pháp màu vàng, đầu heo, tay cầm thòng lọng.

"Từ phía tây, xuất hiện vị hộ pháp màu đỏ, đầu sư tử, tay cầm dây sắt.

"Từ phía bắc, xuất hiện vị hộ pháp màu xanh lục, đầu rắn, tay cầm chuông đồng.

"Hãy nhận ra các vị đó là hộ pháp hiện đến bảo hộ cho ngươi.

"Này thiện nam (hoặc tín nữ, nói rõ tên...), sau ba mươi vị ác thần kể trên, sẽ có hai mươi tám vị khác tiếp tục xuất hiện, đầu mình khác nhau, tay cầm các món đồ khác nhau. Đừng sợ hãi. Bất cứ cảnh tượng gì hiện ra, đều là sự biến hiện của tâm thức ngươi. Đây là lúc quyết định, hãy nhớ những lời khai thị của các vị đạo sư.

"Này thiện nam (hoặc tín nữ, nói rõ tên...), pháp thân thường trụ xuất hiện dưới dạng thiện thần từ một phần của tánh không Bát-nhã, hãy nhận ra. Cõi Tịnh độ đã xuất hiện dưới dạng ác thần, từ một phần

của hào quang chư Phật, hãy nhận ra. Khi ngươi ngộ được rằng năm mươi tám vị ác thần vốn xuất phát từ tâm tưởng của ngươi, và hiểu rằng mọi cảnh tượng đều là xuất phát từ tâm thức, thì lập tức ngươi sẽ được giải thoát thể nhập vào Phật tánh.

"Này thiện nam (hoặc tín nữ, nói rõ tên...), nếu ngươi không thấu hiểu điều đó, ngươi sẽ sợ hãi, trốn chạy và tiếp tục chịu trầm luân khốn khổ. Không nhận ra điều đó, các ác thần đối với ngươi là thần chết, ngươi sẽ bỏ trốn, thậm chí bất tỉnh, ngươi sẽ tiếp tục trôi lăn trong cõi luân hồi. Nếu ngươi bình tĩnh, không bị những cảnh tượng đó lôi kéo cũng như không sợ hãi chúng, ngươi sẽ thoát khỏi luân hồi.

"Này thiện nam (hoặc tín nữ, nói rõ tên...), thân thể lớn nhất của các vị thiện và ác thần to lớn như bầu trời, thân trung bình như núi Tu-di và thân nhỏ nhất cũng bằng mười tám thân người hợp lại. Đừng sợ hãi! Tất cả hiện ra dưới dạng ánh sáng và hình ảnh. Ngươi chỉ cần hiểu đó chính là hào quang của tâm thức ngươi tỏa ra, hào quang đó sẽ thể nhập với những ánh sáng và hình ảnh, ngươi sẽ giác ngộ và được giải thoát. Hãy nhớ thế!

"Này thiện nam (hoặc tín nữ, nói rõ tên...), đừng sợ sệt bất cứ cảnh tượng gì mà ngươi nhìn thấy. Hiện nay ngươi chỉ có tâm thức với những khuynh hướng mà ngươi không tự ý thức hết, ngoài ra không có gì khác cả. Dù cho ngươi có bị treo cổ, bị hành quyết, ngươi cũng không thể chết. Trong thực tế, ngươi đang ở trong dạng tự nhiên nhất của tánh không,

ngươi không phải sợ sệt gì cả. Ngay cả thần chết cũng xuất phát từ tâm thức ngươi, không có thực chất. 'Cái không' không thể nào hủy diệt 'cái không'. Ngươi có thể tin chắc cùng ta rằng: Tất cả thiện thần, ác thần đều không có thực thể, các vị đó xuất phát từ tâm thức của ngươi. Chỉ cần thấu hiểu như thế, ngươi sẽ giác ngộ giải thoát. Hãy tha thiết quán tưởng đến Tam bảo, hãy quy y Tam bảo. Hãy quán tưởng các vị Phật, Bồ Tát, các bậc đạo sư và tự nhủ: 'Con đang ở giai đoạn chuyển tiếp, xin các ngài hãy cứu độ con.'

"Và hãy cùng ta đọc bài kệ này:

"Phải chăng chỉ vì vô minh,
Con phải trầm luân trong cõi Ta-bà?
Trong hào quang chiếu sáng,
Con dứt hết mọi nỗi sợ hãi.
Cầu mong các vị thiện thần, ác thần,
Hãy cứu độ con.
Hãy tiếp dẫn con vào cõi Phật.
Xa bạn bè thân yêu,
Con đang du hành đơn độc.
Tâm thức con biến hiện,
Thành những hình ảnh trống rỗng.
Cầu mong chư Phật đại bi,
Giúp con dứt hết mọi nỗi sợ hãi.
Hào quang của các trí chiếu hiện,
Cầu mong con sẽ nhận biết được,
Không sợ hãi!
Khi thiện thần, ác thần xuất hiện,

Cầu mong con sẽ nhận biết được,
Không sợ hãi!
Phải chăng con khổ đau vì ác nghiệp?
Cầu mong tâm thức con sẽ xóa sạch khổ đau.
Pháp âm rền vang như sấm dậy.
Cầu mong sẽ biến thành sáu âm[1] huyền diệu.
Nếu bị nghiệp lực lôi kéo,
Biết đâu là nơi an trú?
Cầu mong chư Phật đại bi
Giúp con an trú.
Nếu bị nghiệp lực lôi kéo,
Biết bao điều khổ đau!
Cầu mong con đạt được,
Đại định trong hỷ lạc và chánh kiến.
Cầu mong năm yếu tố,[2]
Sẽ không trở thành thù nghịch.
Cầu mong con thấy được năm cõi Tịnh độ.

"Hãy đọc bài kệ này với lòng tin tưởng. Tất cả mọi nỗi sợ hãi sẽ biến mất và ngươi sẽ giác ngộ giải thoát, sanh về cõi Tịnh độ. Hãy nhớ kỹ, đừng để bị lung lạc."

---

[1] Sáu âm: Tức là Đại Minh chân ngôn: Án-ma-ni bát-di-hồng. Theo Tạng âm là Om-ma-ni pa-me hum. Với người tu Tịnh độ thì sáu âm này là Nam-mô A-di-đà Phật.

[2] Năm yếu tố chỉ tứ đại (đất, nước, gió, lửa) và hư không (không đại).

4. Phần lưu ý đối với người sống

Chủ lễ cần đọc luận này ít nhất ba lần hoặc bảy lần. Dù cho ác nghiệp nặng nề đến đâu, thần thức cũng có cơ may được giải thoát khi lắng nghe luận này, nhờ nhận biết được tâm thức mình. Nếu thần thức nào không nhận ra sẽ phải tiếp tục bước sang giai đoạn thứ ba, tức là giai đoạn tái sinh trong cõi luân hồi. Ngay cả trong những trường hợp này, vị chủ lễ vẫn cần phải tiếp tục khai thị cho thần thức theo như sẽ trình bày ở phần tiếp theo của luận này.

Đa số con người, khi còn sống dù đã có được khả năng tập trung tư tưởng nhiều hay ít, thì *trước khi chết cũng rất thường hay bị tán loạn*, nên giai đoạn thứ hai vừa nói trên đây là rất quan trọng. Chỉ có những người nhất tâm tu tập thiền định thì mới thể nhập được *pháp thân thường trụ* ngay sau khi thần thức rời bỏ thân thể.[1] Đó là những người nhận ra ngay tâm thức của mình khi hào quang vừa chiếu rọi, nhờ đã từng thiền định quán tưởng. Điều này cho thấy việc thiền định quán tưởng trong cuộc sống là rất quan trọng.

Để giải thoát cho người chết, hãy đọc to và rõ ràng luận này, mỗi ngày ba lần, kèm theo giảng rõ ý nghĩa cho thần thức nghe, với một tâm kiên định vững chắc. Hãy tưởng tượng, dù cho có trăm tên cướp hung bạo xuất hiện, vị chủ lễ cũng vẫn phải vững vàng chú ý đến với lời văn và ý nghĩa của luận.

---

[1] Tức là giai đoạn thứ nhất.

Đây là một pháp môn giải thoát dành cho bất cứ ai, *chỉ cần nghe và hiểu*, kể cả những kẻ đã tạo nhiều ác nghiệp cũng có thể được giải thoát. Vì thế nên luận này cũng có thể được đọc lớn cho cả đám đông cùng nghe.

Có những người chỉ cần được nghe luận này, dù là không hiểu, không tin, nhưng khi chết đi, tâm thức sáng suốt gấp chín lần thông thường, nên sẽ nhớ lại không quên chữ nào và có thể hiểu được, tin được. Vì vậy, rất nên đọc luận này cho người sống nghe, nhất là những người đau ốm trên giường bệnh, người già yếu, suy nhược.

Gặp được pháp môn này là một sự may mắn lớn lao. Nếu không tạo nhiều thiện nghiệp, nhiều công đức trong quá khứ, không dễ gì gặp được luận này. Chỉ cần *lắng nghe sẽ được giải thoát*, miễn là đừng sanh tâm nghi ngờ. Vì vậy, luận này rất đáng được tôn trọng.

Tới đây chấm dứt phần khai thị trong giai đoạn chuyển tiếp của *pháp thân*. Pháp môn này được gọi là "*lắng nghe và giải thoát*", bởi vì nó giúp cho thần thức được giải thoát chỉ qua việc lắng nghe và tin nhận.

5. Giai đoạn chuẩn bị tái sinh

Mặc dù được khai thị nhiều lần qua nhiều giai đoạn, nhưng với những thần thức có quá nhiều ác nghiệp sẽ không được giải thoát trong những giai đoạn đã qua. Những thần thức này có nhiều khả năng sẽ bị nghiệp lực dẫn dắt đi tái sinh. Để giúp thần thức không chọn con đường tái sinh mà được giải thoát về các cảnh giới Tịnh độ của chư Phật, kể từ sau ngày thứ mười bốn trở đi, chủ lễ cần tiếp tục khai thị như sau:

"Này thiện nam (hoặc tín nữ, nói rõ tên...), hãy lắng nghe và thấu hiểu. Chúng sanh trong cõi địa ngục, cõi trời và cõi chuyển tiếp này đều tự nhiên hóa sanh. Khi các vị thiện thần, ác thần xuất hiện, ngươi đã không nhận ra. Ngươi đã mê man nhiều ngày, đến lúc tỉnh dậy, tâm thức ngươi sáng suốt và có một thân giống như thân ngày trước[1] *của ngươi đứng dậy. Luận này dạy rằng:*

"Thân thể quá khứ và vị lai,
Trong giai đoạn tái sinh,
Có đầy đủ các căn,
Đi lại không ngăn ngại,
Với nghiệp lực thần thông diệu dụng,
Nhìn bằng đôi mắt của bậc thánh.[2]

"Vì ngươi nhớ lại thân quá khứ nên ngươi có một thân có vẻ như bằng xương thịt,[3] *nhưng cũng phát ra ánh sáng. Thân xác này của ngươi thật ra là đã được*

[1] Thân do tâm thức biến hiện, giống với khi còn sống.

[2] Đây là những khả năng tự nhiên của thân trung ấm khi chưa bị nghiệp lực xoay chuyển. Tuy nhiên, thân này không được người bình thường nhìn thấy.

[3] Chỉ là thân do ảo giác, mong ước mà hình thành. Nó không thật và được gọi là thân ước vọng.

tạo bằng tư tưởng. Nếu ngươi sẽ tái sinh ở cõi trời, chính lúc này ngươi sẽ nhận thấy dấu hiệu của cõi trời. Nếu là các cõi khác, như cõi a-tu-la, cõi người, cõi súc sanh, cõi ngạ quỷ hay cõi địa ngục, cũng đều như vậy, ngươi sẽ thấy dấu hiệu của những cõi đó.

"Nói quá khứ hay vị lai, nghĩa là thân ấy xuất hiện theo với những mong ước hoài niệm về quá khứ, trong đời sống trước, nhưng đồng thời cũng có cả những dấu hiệu của đời sống tương lai mà ngươi sắp tái sinh.

"Dù có bất cứ cảnh tượng gì hiện ra, cũng đừng theo đuổi nó. Đừng để bị thu hút, đừng tưởng nhớ tới nó. Nếu bị lôi kéo, ngươi sẽ sa vào cõi luân hồi và phải chịu khổ đau.

"Cho tới ngày hôm qua, ngươi đã thấy xuất hiện những cảnh tượng do tâm thức ngươi biến hiện, nhưng ngươi đã không nhận ra, vì vậy ngươi vẫn còn lưu lạc nơi đây. Bây giờ, hãy kiên trì thiền định trong tâm thức sáng suốt, rỗng không, trong tánh không mà những bậc đạo sư của ngươi đã chỉ rõ, hãy an trú trong tâm xả bỏ và không mong cầu. Được vậy, ngươi sẽ giải thoát khỏi luân hồi, không phải nhập vào mẫu thai.

"Nếu ngươi vẫn không nhận ra được, hãy cố hình dung các bậc Bồ Tát hay đạo sư đang hiện ra trên cao và xin quy y với các vị đó. Đây là lúc hết sức quan trọng, đừng để bị lung lạc."

Khi chủ lễ đọc như thế, nếu nhận hiểu, thần thức sẽ được giải thoát, không sa vào cõi luân hồi. Nếu như ác nghiệp quá nặng nề vẫn làm cho thần thức không nhận hiểu, chủ lễ tiếp tục khai thị như sau:

"Này thiện nam (hoặc tín nữ, nói rõ tên...), hãy lắng nghe. Trong luận nói: đầy đủ các căn, nghĩa là trong giai đoạn chuyển tiếp này ngươi có đầy đủ mọi giác quan. Dù lúc còn sống có bị mù hoặc điếc, hay tê bại, thì giờ đây mắt vẫn thấy hình sắc, tai vẫn nghe âm thanh, mọi giác quan đều hoàn hảo. Đây là một dấu hiệu rõ ràng cho thấy ngươi đã chết và đang mang thân trung ấm. Hãy nhớ tới những lời khai thị.

Này thiện nam (hoặc tín nữ, nói rõ tên...), hãy lắng nghe. Trong luận nói: không ngăn ngại, là vì giờ đây ngươi chỉ có tâm thức, đã lìa bỏ xác thân. Không còn sắc thân nên có thể đi lại khắp nơi, ngay cả xuyên qua núi Tu-di, chỉ không qua được mẫu thai người mẹ và Kim cương tòa.[1] *Đây là một dấu hiệu rõ ràng cho thấy ngươi đã chết và đang mang thân trung ấm, vì vậy hãy nhớ tới lời dạy của các bậc đạo sư và khấn nguyện đức Bồ Tát Quán Thế Âm.*

"Này thiện nam (hoặc tín nữ, nói rõ tên...), hãy lắng nghe. Trong luận nói: với nghiệp lực thần thông diệu dụng, nghĩa là hiện ngươi đang có những thần thông kỳ diệu, loại thần thông không phải do thiền định hay do trì giới mà đạt được. Đó là loại thần thông do nghiệp lực sanh ra. Ngươi có thể trong nháy mắt đi xuyên qua bốn châu và núi Tu-di, có thể phân thân một lúc có mặt khắp nơi, chỉ cần ngươi

---

[1] Kim cương tòa là tòa của mỗi vị Phật ngồi khi thành đạo.

khởi ý muốn làm những điều đó trong một thời gian như người ta co duỗi cánh tay. Nhưng những thần thông này vô ích, đừng quan tâm đến chúng. Bây giờ ngươi làm gì cũng được, nhưng điều quan trọng nhất là hãy quán tưởng về bậc đạo sư.

"Này thiện nam (hoặc tín nữ, nói rõ tên...), hãy lắng nghe. Trong luận nói: nhìn bằng đôi mắt của bậc thánh, nghĩa là ngươi có khả năng nhìn thấy rõ tất cả những chúng sanh cùng nghiệp lực như mình, chẳng hạn như những người cùng sanh về cõi trời đều sẽ nhìn thấy được nhau. Nhưng đừng tha thiết quan tâm đến những người ấy, ngươi hãy nhất tâm niệm tưởng Bồ Tát Quán Thế Âm.

"Này thiện nam (hoặc tín nữ, nói rõ tên...), hãy lắng nghe. Với tâm thức này, ngươi sẽ nhìn thấy nhà cửa, gia đình, quyến thuộc... như cảnh trong giấc mộng. Ngươi lên tiếng hỏi nhưng không được ai trả lời. Ngươi nhìn thấy người thân khóc lóc và ngươi tự hỏi: Ta đã chết, biết làm sao bây giờ? Và ngươi cảm thấy đau khổ vô hạn, như nỗi đau khổ của một con cá đang giãy dụa trên cát nóng. Nhưng đau khổ không giúp được gì cho ngươi! Ngươi hãy quán tưởng tới các bậc đạo sư, chư vị Bồ Tát, đức Quán Thế Âm. Dù ngươi có bám níu trông cậy vào bất cứ người thân yêu nào, cũng không có ai giúp được ngươi. Đừng bám níu trông cậy vào ai hết. Hãy niệm danh hiệu đức Quán Thế Âm, ngươi sẽ hết đau khổ và hết sợ hãi.

"Này thiện nam (hoặc tín nữ, nói rõ tên...), do nghiệp lực xoay chuyển, tâm thức ngươi sẽ bị cuốn

hút, đẩy đưa như một sợi lông tơ trong gió. Ngươi sẽ nói với những người thân đang than khóc: 'Ta đây, đừng khóc nữa.' Nhưng không có ai nghe hiểu được ngươi, rồi ngươi sẽ nghĩ: 'Ta đã chết.' Rồi ngươi đau khổ vô hạn. Đối với ngươi, cõi trung ấm lúc nào cũng mờ mờ với ánh sáng xám nhạt như một ngày mùa thu, không phân biệt ngày đêm. Giai đoạn mang thân trung ấm này kéo dài một, hai, cho đến sáu hay bảy ngày, thậm chí có thể kéo dài đến bốn mươi chín ngày. Điều đó tùy theo nơi nghiệp lực quyết định.

"Này thiện nam (hoặc tín nữ, nói rõ tên...), nghiệp lực giờ đây bùng lên theo đuổi ngươi thật dữ dội, ác liệt, đáng sợ. Nhưng đừng sợ hãi, đó chỉ là biến hiện tâm thức vô minh của chính ngươi. Ngươi bị lạc vào bóng tối dày đặc, có những tiếng la lét như 'đánh nó, giết nó...' Đừng sợ hãi. Những kẻ tạo ác nghiệp sẽ thấy ma quỷ hiện ra với giáo mác, la hét bảo 'giết đi, đánh đi...' Ngươi sẽ có cảm giác như muôn nghìn thú dữ đang rượt bắt ngươi, hoặc bị một đội quân lùng kiếm trong tuyết giá, bão táp và tối tăm. Ngươi sẽ nghe thấy tiếng ồn ào như núi lở, như lũ lụt... khắp nơi lửa cháy, đầy bão táp. Trong lúc sợ hãi, ngươi sẽ thấy hiện ra ba hố sâu: màu trắng, màu đỏ và màu đen. Chúng sâu thẳm kinh khiếp và có vẻ như ngươi sắp rơi vào trong đó.

"Này thiện nam (hoặc tín nữ, nói rõ tên...), thật ra ba hố sâu đó chính là sân hận, ái dục và vô minh. Hãy nhận ra ngươi đang ở giai đoạn mang thân trung ấm và khấn nguyện: 'Kính lạy đức Bồ Tát Quán Thế

Âm, kính lạy ngôi Tam bảo, xin cứu giúp đừng để con rơi vào hố sâu.' Hãy thành tâm cầu nguyện như thế.

"Những thần thức nào tạo nhiều thiện nghiệp, trì giới và tu học Chánh pháp, sẽ được thiện tri thức tiếp đón và được hưởng mọi sự hỷ lạc, an lành. Những thần thức nào không tạo thiện nghiệp hay ác nghiệp, thì không bị đau khổ cũng không có hỷ lạc, chỉ có vô minh xuất hiện.

"Nhưng này thiện nam (hoặc tín nữ, nói rõ tên...), dù có được hỷ lạc hay bất cứ điều gì quý báu, ngươi cũng đừng quan tâm đến, đừng để bị thu hút. Chỉ một lòng quán tưởng các bậc đạo sư và ngôi Tam bảo. Đừng để sự ràng buộc và thèm khát xâm chiếm trong ngươi.

"Này thiện nam (hoặc tín nữ, nói rõ tên...), lúc này ngươi sẽ nhìn thấy những cầu cống, nhà cửa, chùa chiền... mà ngươi có thể đến ẩn náu, nhưng sẽ không ở được lâu. Vì tâm thức đã từ bỏ xác thân, ngươi sẽ không ở yên được nơi đâu cả. Ngươi cảm thấy thật lạnh lẽo. Tâm thức ngươi như một sợi dây mong manh, bất định. Rồi ngươi lại thấy đau khổ vô vàn, và thấy trống rỗng, lạnh lẽo. Vì cứ mãi lang thang lưu lạc, ngươi sẽ nghĩ ngợi đủ mọi việc. Hãy tránh điều đó, hãy giữ cho tâm thức định tĩnh trong một trạng thái vững chắc.

"Này thiện nam (hoặc tín nữ, nói rõ tên...), ngươi không có thức ăn nào khác ngoài thức ăn do người sống hiến cúng cho ngươi. Ngươi không biết được

mình có bạn hữu hay không. Đó là dấu hiệu chắc chắn đang mang thân trung ấm, vì vui buồn đều do nghiệp lực quyết định. Ngươi nhìn thấy nhà cửa, người thân và xác chết của chính mình, ngươi lại đau khổ: 'Ta đã chết rồi! Làm sao bây giờ?'

"Tâm thức ngươi đau khổ và bỗng khởi lên ý nghĩ: 'Tại sao ta không đi tìm một thân xác mới?' Và ngươi chạy khắp nơi để tìm một thân xác. Nhưng dù ngươi có chui chín lần vào lại trong thân xác cũ, thì nó cũng đã hoại rửa đi vì thời gian, hoặc đã bị người thân đem đi thiêu đốt, chôn cất... Thân trung ấm của ngươi đã kéo dài khá lâu, ngươi không thể nào chui vào thân xác cũ được nữa. Ngươi tuyệt vọng và có cảm giác như bị ép giữa đá tảng. Nỗi đau khổ tột cùng là khi thân trung ấm đi tìm một thân xác. Không có gì khác hơn ngoài sự đau khổ. Vì vậy, đừng đi tìm một thân xác mới. Hãy kiên trì giữ tâm buông xả không mong cầu."

Được khai thị như trên, rất nhiều thần thức sẽ nhận hiểu và đạt được giải thoát. Nếu không, chủ lễ tiếp tục gọi tên người chết và khai thị như sau:

"Này thiện nam (hoặc tín nữ, nói rõ tên...), hãy lắng nghe. Chính nghiệp lực của ngươi đang làm cho ngươi đau khổ, đừng trách móc ai. Hãy quán tưởng về ngôi Tam bảo, Phật pháp sẽ bảo hộ cho ngươi. Nếu không, ngươi sẽ nhớ lại những gì tốt xấu đã làm, rõ ràng như những viên sỏi trắng và đen. Ngươi sẽ sợ sệt trước những nghiệp xấu ác, rồi ngươi run rẩy, rồi dối trá: 'Không, tôi không phạm tội.' Khi đó,

ngươi sẽ thấy thần chết xuất hiện và nói: 'Ta sẽ xem tấm gương nghiệp báo của ngươi. Và qua đó, tất cả tội lỗi của ngươi sẽ hiện ra, không thể nào chối cãi.' Rồi thần chết sẽ cột cổ ngươi, xé xác ngươi, ăn thịt ngươi... Nhưng ngươi không thể chết, dù thân xác ngươi bị xé ra trăm ngàn mảnh...

"Này thiện nam (hoặc tín nữ, nói rõ tên...), đừng dối trá và cũng đừng sợ hãi. Ngươi không thể chết được nữa, vì bây giờ ngươi chỉ là tâm thức. Thật ra ngươi đang là biến hiện tự nhiên của cái không, vì vậy đừng sợ sệt. Thần chết cũng là một biến hiện của cái không, của tâm thức ngươi đang bị vô minh xâm chiếm. Cái 'không' không thể đàn áp cái 'không', cái 'phi tính chất' không thể làm thương tổn cái 'phi tính chất'. Thần chết, thiện thần, ma quỷ... đều không có thực chất, chúng chỉ là biến hiện từ tâm thức vô minh của ngươi. Hãy nhận ra chúng. Hãy nhận ra ngươi đang mang thân trung ấm!

"Hãy quán tưởng đại định. Nếu ngươi không biết cách thiền định, hãy suy xét về thực chất những loại quỷ thần đang làm ngươi lo sợ, và ngươi sẽ thấy tánh không của họ: không có tính chất, vô ngã. Điều đó được gọi là 'tánh không Bát-nhã'. Nhưng tánh không này không có nghĩa là hoàn toàn phủ định. Cái dụng của nó đáng sợ, nhưng cái thể của nó chính là tâm thức vắng lặng. Sắc và không không phải xa rời nhau, tánh của không là sắc, tánh của sắc là không. Bây giờ, thể của sắc và không đang hiện tiền là tâm thức trong trạng thái không cấu nhiễm. Năng

lực của thể sắc và không này tràn đầy khắp nơi: đó là thể tánh từ bi của sắc thân chư Phật.

"Này thiện nam (hoặc tín nữ, nói rõ tên...), hãy nhìn xem! Nếu ngươi nhận hiểu ra điều đó, ngươi đạt được giác ngộ và giải thoát. Đừng bị lung lạc. Đây là chỗ cách ly giữa vô minh và giác ngộ, giữa chư Phật và chúng sanh. Hãy nghe bài kệ này:

"Chỉ trong một niệm, đã bị cách ly.
Chỉ trong một niệm, đã thành giác ngộ.

"Đến ngày hôm qua, ngươi vẫn còn bị lung lạc, dù rất nhiều cảnh trong thân trung ấm đã xuất hiện, nhưng ngươi vẫn còn sợ hãi. Nếu ngươi còn tiếp tục chìm trong vô minh, sợi dây từ bi sẽ bị cắt đứt, ngươi sẽ không được giải thoát. Hãy chú ý!"

Khi được khai thị như thế, nhiều thần thức sẽ nhận hiểu ra và đạt được giác ngộ, giải thoát. Nếu người chết là người trước đây chưa hề biết cách thiền định, chủ lễ khai thị như sau:

"Này thiện nam (hoặc tín nữ, nói rõ tên...), vì ngươi không biết cách thiền định, hãy quán tưởng đức Quán Thế Âm và cầu nguyện với ngài. Hãy quán tưởng rằng tất cả những hình ảnh đáng sợ kia chính là đức Quán Thế Âm, hoặc chính là chư Phật, Bồ Tát mà ngươi đã quy y. Hãy nhớ tới lời dạy của bậc đạo sư, hoặc nhớ tới bất kỳ danh hiệu Phật, Bồ Tát nào mà ngươi đã từng nghe trước đây và hãy niệm danh hiệu đó trước thần chết. Đừng sợ hãi, bởi cho dù ngươi có rơi vào hố sâu, ngươi cũng không thể chết!"

Được khai thị như thế, nhiều thần thức sẽ nhận hiểu ra và đạt được giác ngộ, giải thoát. Tuy vậy, cũng có nhiều trường hợp thần thức không nhận hiểu được, chủ lễ cần kiên trì tiếp tục gọi tên người chết và khai thị như sau:

"Này thiện nam (hoặc tín nữ, nói rõ tên...), những cảnh tượng sắp hiện ra sẽ làm cho ngươi hạnh phúc hay đau khổ, điều đó thay đổi rất nhanh chóng. Trong mọi trường hợp, đừng sinh tâm thèm khát hay sân hận.

"Nếu ngươi sẽ thác sinh trong cõi an lạc, lúc này là lúc tâm tưởng an lạc hiện ra. Nhưng cũng lúc này, có thể bà con quyến thuộc của ngươi đang giết trâu, bò, súc vật... để cúng tế ngươi. Điều đó có thể làm cho ngươi sinh tâm tức giận, phẫn nộ. Chính tâm sân hận đó sẽ khiến ngươi phải thác sinh vào cõi địa ngục. Vì vậy cố gắng đừng để tâm sân hận phát khởi, cho dù ngươi có nhìn thấy bất cứ điều gì không hài lòng xảy ra trong lúc cúng tế. Chỉ nên quán tưởng tới tâm hỷ lạc.

"Nếu ngươi có tâm chấp thủ, tham tiếc, bây giờ ngươi sẽ thấy người khác làm chủ của cải của ngươi và y đang vui mừng. Điều đó có thể làm ngươi nổi tâm sân hận. Tâm sân hận này sẽ khiến ngươi phải sinh vào địa ngục hay làm ngạ quỷ, cho dù lẽ ra ngươi đã được thác sanh trong một cõi tốt đẹp hơn. Hãy nhớ rằng, dù cho ngươi thèm khát của cải, bây giờ ngươi cũng không thể làm chủ nó được nữa. Vì vậy, hãy xả bỏ tâm chấp thủ, tâm thèm khát sở hữu.

Hãy quyết tâm như thế. Dù ai chiếm hữu tài sản của ngươi, cũng đừng ganh tị, hãy buông xả, xem như biếu tặng cho họ. Hãy quán tưởng đến bậc đạo sư và ngôi Tam bảo, giữ tâm ý trong trạng thái không tham tiếc.

"Khi người sống lễ cúng ngươi, nhờ vào thần thông đang có ngươi có thể sẽ nhận thấy người ta đang hành lễ một cách cẩu thả, nhơ nhớp, không đúng phép tắc... Hoặc ngươi thấy rõ người cúng thiếu lòng tin, thiếu hiểu biết... Ngươi có thể khởi niệm rằng: 'Đau đớn thay, họ đang lừa dối ta, họ lừa dối ta thật sự!' Ý nghĩ này sẽ làm ngươi đau buồn và thất vọng, thậm chí cũng có thể mất đi niềm tin nơi Chánh pháp. Tâm niệm này sẽ dẫn dắt ngươi thác sanh trong các cõi thấp kém. Vì thế, cho dù người ta lễ cúng như thế nào, ngươi cũng hãy cố giữ tâm trong sạch và tự nhủ: 'Tâm con có thể bị nhiễm ô chứ pháp Phật không thể nhiễm ô, con xin quy y Tam bảo.' Hãy nhớ luôn giữ tâm thanh tịnh, cho dù thấy biết bất cứ chuyện gì xảy ra.

"Nếu ngươi phải thác sanh vào ba cõi thấp kém,[1] *thì đây là lúc những dấu hiệu của các cõi đó hiện ra. Cũng có thể đây là lúc mà người sống sẽ lễ cúng ngươi một cách thanh tịnh, đạo sư hay chủ lễ sẽ giảng giải Phật pháp, giảng về nghiệp do thân, khẩu, ý gây ra. Nhờ vậy ngươi sanh tâm hoan hỷ, và tâm hoan hỷ đó sẽ đưa ngươi thác sinh vào một cõi tốt đẹp hơn. Cho*

[1] Tức là các cảnh giới địa ngục, ngạ quỷ và súc sanh.

dù ngươi có phải đọa vào ba đường ác,[1] *thì sự lễ cúng như trên cũng rất quý báu cho ngươi. Quan trọng nhất là phải giữ tâm thanh tịnh, thành kính, không nghi ngờ. Hãy chú ý như thế!*

"Này thiện nam (hoặc tín nữ, nói rõ tên...), hãy đúc kết lại: Trong thân trung ấm, tâm thức ngươi không có chỗ nương tựa cũng như ràng buộc, nên nhẹ nhàng linh hoạt, và mỗi niệm khởi lên dù tốt hay xấu đều có sức mạnh rất lớn lao, mãnh liệt. Cố gắng đừng khởi lên những tâm niệm xấu ác. Cố gắng duy trì, giữ lấy thiện tâm. Nếu chưa từng tu tập hành trì, hãy thành kính và giữ tâm thanh tịnh khấn nguyện cùng chư Phật, Bồ Tát và đức Quán Thế Âm. Hãy cùng ta đọc bài kệ này:

"Xa bạn bè thân yêu,
Con đang du hành đơn độc.
Tâm thức con biến hiện,
Thành những hình ảnh trống rỗng.
Cầu mong chư Phật đại bi,
Giúp con dứt hết mọi nỗi sợ hãi.
Phải chăng con khổ đau vì ác nghiệp?
Cầu mong chư Phật và Bồ Tát,
Giúp con xóa sạch khổ đau.
Pháp âm rền vang như sấm dậy.
Cầu mong sẽ biến thành sáu âm huyền diệu.
Nếu bị nghiệp lực lôi kéo,
Biết đâu là nơi an trú?
Cầu mong chư Phật đại bi

[1] Tức là ba cõi thấp kém vừa nói trên.

Giúp con an trú.
Nếu bị nghiệp lực lôi kéo,
Biết bao điều khổ đau!
Cầu mong con đạt được,
Đại định trong hỷ lạc và chánh kiến.

"Thành kính đọc bài kệ này, ngươi sẽ được tiếp dẫn trong chánh đạo. Đừng nghi ngờ, hãy tin tưởng. Điều này rất quan trọng!"

Được khai thị như thế, thần thức sẽ nhận hiểu ra và đạt được giác ngộ, giải thoát. Tuy thế, cũng có những thần thức do quá nhiều ác nghiệp, vẫn chưa thể nhận hiểu được, chủ lễ cần kiên trì khai thị nhiều lần nữa. Chủ lễ tiếp tục gọi tên người chết và khai thị như sau:

"Này thiện nam (hoặc tín nữ, nói rõ tên...), ngươi vẫn chưa hiểu được những gì đã và đang xảy ra. Từ bây giờ, cảm giác về thân thể của đời sống trước đang phai nhạt dần, và xác thân của đời sống tiếp sau bắt đầu rõ rệt. Ngươi sẽ tự nhủ: 'Vì ta đau khổ, thèm khát một xác thân, nên giờ đây xác thân đang xuất hiện.'

"Những gì đang xuất hiện làm ngươi hồi hộp, lo lắng. Sáu ánh sáng của sáu nẻo lục đạo bắt đầu xuất hiện, và nếu ngươi thác sanh cõi nào thì ánh sáng của cõi đó sẽ chiếu sáng nhất.

"Này thiện nam (hoặc tín nữ, nói rõ tên...), hãy lắng nghe. Ngươi muốn hiểu về các loại ánh sáng đó chăng? Cõi trời có ánh sáng màu trắng, cõi a-tu-

la có ánh sáng màu đỏ, cõi người có ánh sáng màu xanh, cõi súc sanh có ánh sáng màu xanh lục, cõi ngạ quỷ có ánh sáng màu vàng, cõi địa ngục có ánh sáng màu khói xám. Đó là sáu loại ánh sáng. Trong lúc này, thân ngươi sẽ tự nhiên có màu ánh sáng của cõi mà ngươi sắp thác sinh.

"Này thiện nam (hoặc tín nữ, nói rõ tên...), hãy nhớ kỹ rằng lúc này chỉ có một điều quan trọng: dù cho ánh sáng gì chiếu rọi, hãy quán tưởng ánh sáng đó là đức Quán Thế Âm. Hãy quán tưởng đức Quán Thế Âm! Quán tưởng như thế hết sức quan trọng, vì có thể giúp ngươi không phải tái sinh.

"Hãy quán tưởng về vị Phật hoặc Bồ Tát mà ngươi đã từng quy y, hãy quán tưởng về một hình ảnh vô ngã. Sau một lúc quán tưởng, ngươi hãy cố duy trì tâm vô niệm. Sau đó lại quán tưởng Phật, Bồ Tát. Cứ quán tưởng thay đổi như thế, và giữ tâm thức hòa nhập với không gian, hòa nhập với pháp thân vốn giản đơn và vô ngã."

Được khai thị như thế, thần thức sẽ không tái sinh và giác ngộ, được giải thoát. Tuy thế, vẫn có nhiều khi vì nghiệp lực và vô minh che lấp nên thần thức không nhận hiểu được, sẽ tìm đường nhập mẫu thai. Chủ lễ cần khai thị để thần thức tránh nhập vào mẫu thai, bằng cách gọi tên người chết và nói như sau:

"Này thiện nam (hoặc tín nữ, nói rõ tên...), ngươi vẫn chưa hiểu được điều gì đang xảy ra. Đây là lúc

ngươi sẽ có cảm giác nghiệp lực đang tác dụng. Bây giờ cần quán tưởng đến đức Quán Thế Âm, hãy nhớ kỹ!

"Rồi ngươi sẽ có cảm giác như bão tố, mưa tuyết, tối tăm và bị rượt bắt. Nếu ngươi không có nghiệp lành, ngươi sẽ có cảm giác lạc vào một nơi khổ đau. Ngược lại, ngươi sẽ đạt tới một cảnh giới an lành.

"Này thiện nam (hoặc tín nữ, nói rõ tên...), đây là lúc mà cảnh giới nơi ngươi sẽ đầu thai đến hiện ra rõ ràng. Hãy nghe đây, những lời khai thị quan trọng! Mặc dù trước đây ngươi chưa hiểu, nhưng có thể bây giờ ngươi sẽ hiểu.

"Ngươi cần đạt một trong hai cách tránh nhập mẫu thai: Một là tự giữ thân lại, hai là khép kín cửa tái sinh.

"Thế nào là tự giữ thân lại?

"Này thiện nam (hoặc tín nữ, nói rõ tên...), ngươi hãy quán tưởng Phật hay Bồ Tát, rõ ràng như ánh trăng hiện trong nước. Thông thường ngươi có thể quán tưởng đức Quán Thế Âm, hình dung ngài hiện ra sống động trước mắt ngươi. Sau một lúc quán tưởng, ngươi hãy cố giữ tâm vô niệm, không để bất cứ ý niệm nào khởi lên. Đó là cách bí truyền giúp ngươi không phải nhập vào mẫu thai.

"Nếu ngươi không quán tưởng được như thế, ngươi sắp sửa phải nhập vào mẫu thai. Đây là lời khai thị giúp ngươi khép kín cửa tái sinh. Hãy cùng ta đọc bài kệ này:

Ta đang sắp sửa tái sinh.
Hãy tập trung tâm thức.
Hãy kéo dài thiện ngiệp sẵn có.
Hãy khép kín cửa tái sinh!
Hãy từ chối nó!
Đây là lúc kiên trì và chánh niệm.
Từ bỏ ái dục, quán tưởng đấng đạo sư.

"Hãy đọc nhiều lần bài kệ này và suy xét về ý nghĩa, rồi thực hiện theo ý nghĩa đó.

"Ý nghĩa của bài kệ này như sau:

"Ta đang sắp sửa tái sinh, nghĩa là ngươi đang mang thân trung ấm. Một dấu hiệu rõ ràng là, ngươi không có hình bóng. Nếu soi vào mặt nước sẽ không thấy bóng. Thân ngươi không có bóng. Ngươi không còn thân bằng xương thịt, ngươi chỉ có thân bằng tâm tưởng đang lưu lạc. Lúc này, tập trung tâm thức được là điều tối quan trọng. Như người đang cầm cương ngựa, cũng như thế, ngươi đang lèo lái tâm thức ngươi. Bất cứ ý niệm nào được khởi lên trong tâm ngươi, sẽ tức khắc trở thành hiện thực. Vì vậy, đừng nghĩ tới điều xấu ác. Hãy nhớ đến Chánh pháp, đến những gì đã từng tu học, đến kinh vãng sinh mà ngươi đã từng nghe trong đời sống trước, và cố kéo dài tác động của thiện nghiệp. Chỗ này rất quan trọng, là chỗ cách ly giữa thăng và trầm. Đây là lúc mà chỉ một chút sơ sẩy có thể đưa lại vô vàn khổ đau mãi mãi, nhưng đây cũng là lúc chánh tinh tấn có thể mang lại an lạc lâu dài.

"Hãy khép kín cửa tái sinh! Hãy từ chối nó! Đây là lúc kiên trì và chánh niệm. Những điều đó có ý nghĩa gì?

"Đã đến lúc cần khép kín cửa tái sinh. Có năm phương pháp, hãy lắng nghe:

"Này thiện nam (hoặc tín nữ, nói rõ tên...), trong thời điểm này, ngươi sẽ thấy hình ảnh nam nữ giao hợp với nhau. Nếu thấy vậy, ngươi đừng xen vào đó. Hãy quán tưởng tới Phật, Bồ Tát cầu xin tiếp độ. Nếu được như thế, ngươi sẽ không phải nhập vào mẫu thai.

"Nếu ngươi vẫn bị lôi kéo, hãy quán tưởng tới Phật, Bồ Tát, khấn nguyện được trở thành thiện tri thức. Nếu được như thế, ngươi sẽ không phải nhập vào mẫu thai.

"Tiếp nữa, nếu ngươi vẫn bị lôi kéo, ta khai thị cho ngươi lần thứ ba để tránh ái dục và sân hận. Có bốn cách sanh ra: có loài sanh từ trứng, có loài sanh từ thai, có loài sanh từ nơi ẩm thấp và có loài do biến hóa sanh ra.[1]

Sanh trứng và sanh từ bào thai khá tương tự với nhau. Như đã nói, ngươi sẽ thấy biến hiện ra cảnh nam nữ giao hợp. Lúc này, tùy theo nghiệp lực của ái dục hay sân hận, ngươi sẽ phải nhập vào mẫu thai và sanh thành loài ngựa, loài chim, loài chó, loài người hay các loài khác. Nếu ngươi sẽ trở thành nam giới, ngươi sẽ tự thấy có cảm giác ganh tị với người

[1] Đó là: thai sanh, noãn sanh, thấp sanh và hóa sanh.

cha, yêu mến người mẹ và ngược lại.[1] *Ái dục này dẫn dắt ngươi đến nhập vào mẫu thai, trong đó tinh cha huyết mẹ tạo thành thân thể mới của ngươi. Ngươi cảm thấy vô cùng mãn nguyện. Trong giai đoạn sung sướng này, ngươi sẽ quên mất tâm thức mình vốn có. Thai nhi ban đầu hình tròn, rồi dài dần, lớn dần cho tới lúc thân thể mới phát triển đầy đủ và chào đời. Ngươi sẽ mở mắt ra và chợt thấy mình đã thành một con chó con. Mặc dù trước đó ngươi là một con người, nay đã là loài chó và đau khổ theo kiếp chó; hoặc kiếp heo, hoặc loài ong, kiến, hoặc côn trùng, hoặc thành bò con, lừa con, hoặc cừu con... hoặc tương tự. Từ đây không còn có thể trở lui, trong vô minh và câm nín, ngươi chịu nhiều khổ đau. Trầm luân mãi trong sáu cõi luân hồi, trong cõi địa ngục, trong cõi ngạ quỷ, ngươi sẽ đau khổ vô hạn. Không có gì mãnh liệt hơn và đáng sợ hơn điều này. Thật đáng thương cho ngươi. Những người không tu học dưới sự hướng dẫn của một minh sư sẽ rơi vào hố sâu của luân hồi và chịu vô vàn khổ đau. Vì vậy hãy nghe và hiểu những lời khai thị của ta.*

"Đây là những lời khai thị tránh nhập mẫu thai bằng cách từ bỏ ái dục và sân hận, hãy nghe và hiểu thấu:

"Hãy khép kín cửa tái sinh!
Hãy từ chối nó!
Đây là lúc kiên trì và chánh niệm,
Từ bỏ lòng ái dục, quán tưởng đấng đạo sư.

[1] Nếu là nữ giới sẽ có cảm giác ganh tỵ với mẹ và yêu mến cha.

"Như đã nói ở trên, ngươi sẽ có cảm giác ganh tị trong thời điểm này. Nếu ngươi sanh thành nam giới, ngươi sẽ yêu mẹ ghét cha; nếu ngươi sanh thành phái nữ, ngươi sẽ yêu cha ghét mẹ.

"Này thiện nam (hoặc tín nữ, nói rõ tên...), nếu ái dục và sân hận nổi lên, hãy quán tưởng như sau: Đau khổ thay, ta bị ác nghiệp dẫn dắt, bị ái dục và sân hận lôi kéo mãi trong cõi Ta-bà. Nếu cứ bị hai thứ này lôi kéo, ta sẽ mãi mãi lưu lạc nơi đây, trầm luân trong bể khổ. Ta muốn không còn ái dục và sân hận. Từ nay về sau, nhất định không còn ái dục và sân hận.

"Với tâm thức tập trung vào ý niệm đó, ngươi sẽ không phải nhập vào mẫu thai. Này thiện nam (hoặc tín nữ, nói rõ tên...), đừng bị lung lạc, hãy tập trung tâm thức vào điều đó.

"Tuy thế, nếu ngươi vẫn thấy mẫu thai lôi kéo ngươi, hãy quán tưởng về tính vô ngã, vô thường của sự vật. Hãy quán tưởng như sau:

"Hãy xem người nam cũng như người nữ, bão tố cũng như sấm động, tất cả mọi cảnh tượng vốn không có thực thể. Dù xuất hiện thế nào, tất cả đều là một sự giả hợp. Tất cả sắc thể đều giả hợp. Như một bóng ma, chúng không thường còn, chúng chịu quy luật vô thường. Thèm khát để làm gì? Sợ hãi vì lý do gì? Đó chỉ là nhận cái không thật làm cái có thật. Tất cả chỉ là biến hiện của tâm thức ta, mà chính tâm thức ta cũng vô ngã và giả hợp, thì chúng có nghĩa gì đâu? Cho tới nay ta vẫn không hiểu điều

đó, lấy cái không thể làm cái có thể; lấy cái mê vọng làm cái chân thật; lấy cái ảo tưởng làm cái thực thể; vì vậy mà phải trầm luân trong cõi Ta-bà. Và nếu ta không nhận ra những cái đó chỉ là ảo giác, ta sẽ tiếp tục lưu trú trong cõi luân hồi, sẽ rơi vào vũng bùn lầy của khổ đau. Chúng chỉ là giấc mộng, là ảo giác, là tiếng vọng, như hoa giữa hư không, như bóng trăng trong nước. Chắc chắn chúng không có thực thể, chỉ là ảo ảnh.

"Hãy tập trung vào lời khai thị này. Niềm tin của ngươi vào sự chắc thật của chúng sẽ bị phá vỡ, và như thế ngươi sẽ tin nơi khả năng giác ngộ của ngươi nhiều hơn. Hiểu rõ tính giả hợp của sự vật, ngươi sẽ tránh khỏi sự tái sinh.

"Tuy nhiên, nếu ngươi không đạt được sự thấu hiểu, và mẫu thai vẫn thu hút ngươi, còn có một cách quán tưởng thứ năm để giúp ngươi không bị nhập vào mẫu thai. Đó là hãy quán tưởng về chân tâm: Tất cả sự vật đều xuất phát từ tâm thức ta. Tâm thức ta vốn là không. Không sanh diệt, không ngăn ngại. Hãy giữ tâm thức ngươi trong một trạng thái tự nhiên, không tạp niệm; trong một trạng thái hồn nhiên, như lấy nước đổ vào trong nước, tự nhiên thoải mái. Trong tâm thức hồn nhiên này, ngươi biết chắc mình sẽ không tái sinh trong bốn cách sanh.

Với những phương thức khai thị như đã trình bày từ trước đến đây, thần thức sẽ được giải thoát, cho dù là thuộc hạng *thượng căn, trung căn* hay *hạ căn.* Tại sao vậy? Thứ nhất, vì thần thức trong giai đoạn này có được thần thông, nghe hiểu được những điều giảng nói. Thứ hai, dù khi làm người có bị câm điếc, thì giờ đây vẫn có đủ các căn, nghe hiểu được tất cả. Thứ ba, bị sợ hãi đã nhiều, thần thức chắc chắn sẽ tự hỏi: "*Biết làm gì bây giờ?*" Và sẽ lắng nghe những gì được giảng nói. Thứ tư, thần thức không còn bị xác thân trói buộc, hết sức linh hoạt, hướng tâm tới đâu, tâm tới đó ngay. Tâm thức bây giờ sáng suốt gấp chín lần thông thường, nên dù trước đây ngu si tới đâu thần thức cũng có thể nghe và quán tưởng được những điều căn bản trên đây. Vì vậy, thực hiện nghi thức khai thị cho người chết theo cách này là hết sức quí báu.

Chủ lễ cần đọc luận này thật nhiều lần. Dù cho hôm nay chưa giác ngộ, ngày mai thần thức có thể sẽ giác ngộ. Đó là lý do vì sao những lời khai thị cần phải lặp lại thật nhiều lần.

6. Giai đoạn phải đi tái sinh

Tuy thế, cũng có những người ác nghiệp quá nặng nề, không được giải thoát qua những lời khai thị như trên, dù cho đã nghe tụng đọc rất nhiều lần. Những thần thức này sẽ phải đi tái sinh. Đây là lúc chủ lễ cần khai thị cho thần thức cách lựa chọn cõi xứ mình sẽ đầu thai.

Chủ lễ niệm danh hiệu Phật và Bồ Tát, niệm quy y Tam bảo, rồi gọi tên người chết ba lần và nói như sau:

"Này thiện nam (hoặc tín nữ, nói rõ tên...), hãy lắng nghe. Dù đã được khai thị nhiều lần nhưng ngươi vẫn chưa giác ngộ. Giờ đây đã đến lúc ngươi phải đi tái sinh; đã đến lúc ngươi phải chọn một thân xác mới. Sẽ có nhiều lời khai thị cho ngươi, hãy lắng nghe, đừng để bị tán loạn. Hãy tập trung lắng nghe!

"Này thiện nam (hoặc tín nữ, nói rõ tên...), lúc này là lúc xuất hiện dấu hiệu của một trong bốn châu, nơi mà ngươi sẽ tái sinh. Hãy chú ý nhận rõ. Hãy xem xét ngươi sẽ sanh về châu nào và tỉnh táo lựa chọn.

"Nếu ngươi sắp sanh về Đông Thắng Thân Châu, ngươi sẽ thấy một cái hồ và một cặp thiên nga bơi lượn trên hồ. Đừng đến đó! Hãy quyết tâm chớ đi về đó. Dù đó là một cõi xứ an lạc, nhưng ở đó Chánh pháp không được tuyên giảng. Đừng tới đó.

"Nếu ngươi sắp sanh về Nam Thiệm Bộ Châu, ngươi sẽ thấy nhà cửa cung điện huy hoàng. Nếu phải tái sinh, ngươi nên cầu sanh về châu này.

"Nếu ngươi sanh về Tây Ngưu Hóa Châu, ngươi sẽ thấy trâu, bò, ngựa... gặm cỏ bên một cái hồ. Đừng đến đó! Ở đây dù là một cõi xứ an lạc nhưng không có giáo pháp.

"Nếu ngươi sanh về Bắc Câu Lô Châu, ngươi sẽ thấy một cái hồ, trên bờ cỏ cây xanh tốt, hoặc có thú vật nhởn nhơ. Đừng đến đó! Dù là một cõi xứ trường thọ sung sướng, nhưng ở đó Chánh pháp không được giảng dạy.

"Nếu ngươi sanh về cõi trời, ngươi sẽ thấy cung điện huy hoàng nhiều tầng. Hãy cầu sanh vào đó.

"Nếu ngươi sanh làm a-tu-la, ngươi sẽ thấy vườn trái cây tươi tốt hoặc như có bánh xe lửa quay tròn. Đừng sanh vào đó.

"Nếu ngươi sanh làm súc sanh, ngươi sẽ thấy có hang động mờ mịt, có lỗ chui xuống đất. Đừng sanh vào đó.

"Nếu ngươi sanh làm ngạ quỷ, ngươi sẽ thấy những thân cây cụt đầu, những vật thể chỉa lên cao, sắc đen, hang động, bóng dáng tối tăm. Nếu sanh vào đó, ngươi sẽ khổ sở vì đói khát. Phải hết sức tránh cõi xứ này. Hãy kiên tâm chối bỏ!

"Nếu ngươi sanh vào địa ngục, ngươi sẽ nghe như có tiếng người hát, hoặc ngươi bị đẩy vào, hoặc ngươi thấy một cõi xứ của màu đỏ hoặc đen, những mồ mả màu đen, đường xá màu đen... Đừng đến đó, hết sức chống cự lại, vào đó ngươi sẽ chịu khổ trăm điều.

"Này thiện nam (hoặc tín nữ, nói rõ tên...), bây giờ thì dù muốn dù không ngươi cũng phải đi tái sinh, không sao cưỡng lại được. Phía sau thì nghiệp lực theo đuổi, phía trước thì đao phủ chờ đợi. Tối tăm, bão táp, mưa gió, âm thanh cuồng nộ làm ngươi sợ hãi bỏ chạy. Trong lúc chạy trốn ngươi sẽ tìm nơi trú ẩn, và ngươi sẽ thấy hoặc là cung điện như trên đã nói, hoặc hang động, hoặc lỗ chui xuống đất, hoặc dưới gốc cây, hoặc lá sen... Ngươi sẽ bám giữ chỗ đó, không dám ra ngoài nữa và nhận nơi đó làm cõi xứ

của mình, lấy một thân của cõi đó làm thân mình. Đây chính là lúc ác nghiệp tác động, hãy nghe lời khai thị:

"Trong giai đoạn này, lúc nghiệp lực đang tác động mãnh liệt, hãy đem hết tâm thức ra mà cầu đức Quán Thế Âm, hoặc vị Phật, Bồ Tát nào mà trước đây ngươi thường niệm danh hiệu. Hãy hình dung các vị đó với thân thể, thần thông diệu dụng, đứng ra chống lại những ác nghiệp của ngươi. Nhờ lòng từ bi của các vị Phật, Bồ Tát, ngươi sẽ không còn bị ác nghiệp theo đuổi. Ngươi sẽ lựa chọn được cõi xứ để tái sinh. Đây là lời khai thị quan trọng, hãy nhớ lấy!

"Này thiện nam (hoặc tín nữ, nói rõ tên...), chư thiên cõi trời được sanh ra từ đại định và thiền quán. Có một số quỷ thần như loài ngạ quỷ, thay đổi được tâm thức trong giai đoạn trung ấm, tự biến dạng từ xấu ác ra dạng của tâm thức mới. Có loài quỷ đói sống dưới đáy biển, có loài bay trong không gian, có tám mươi ngàn loài xấu ác, khi mang thân trung ấm thay đổi tâm thức và mang dạng mới. Vì vậy, lúc này ngươi cần quán tưởng chân tâm. Nếu không đủ khả năng quán tưởng chân tâm thì có thể theo dõi ảo ảnh đang hiện tiền với tâm hiểu biết. Nếu không làm được, ngươi cũng không nên chấp thủ điều gì mà nên quán tưởng các vị hộ pháp bảo hộ cho ngươi, quán tưởng đức Quán Thế Âm và có thể giác ngộ.

"Này thiện nam, nếu đây là lúc phải nhập mẫu thai thì hãy lắng nghe ta khai thị. Không nên nhập ngay vào bất cứ mẫu thai nào vừa xuất hiện, mà

hãy quán tưởng để hiểu biết. Vì ngươi đang có thần thông, ngươi có thể thấy các khả năng lựa chọn khác nhau, hãy chọn kỹ. Có hai điều cần phân biệt: chọn để hóa sanh vào xứ Phật, hay phải thác sanh vào cõi luân hồi. Hãy làm như sau:

"Để được hóa sanh về Tây phương Cực Lạc, ngươi hãy khởi niệm: 'Đau đớn thay nếu ta phải trôi lăn trong cõi luân hồi, chịu khổ vô lượng kiếp, trong lúc nhiều chúng sanh khác đã được giải thoát. Kể từ nay ta nhàm chán sinh tử. Đây là lúc phải chuẩn bị giải thoát, xin được hóa sanh trong hoa sen, dưới chân Phật A-di-đà của thế giới Cực Lạc phương tây.' Phải đem hết lòng thành khẩn cầu đức Phật A-di-đà tiếp độ.

"Hoặc là hãy đem hết tâm thành kính ra tưởng nhớ tới một cõi tịnh độ nào mà ngươi đã từng nghe biết, ngươi sẽ được hóa sanh lập tức về cõi đó. Hoặc là hãy quán tưởng Bồ Tát Di Lặc ở cung trời Đâu-suất, xin được hóa sanh. Ngươi sẽ lập tức được hóa sanh.

"Nếu ngươi không làm được thế và chấp nhận tái sinh trong cõi Ta-bà, hãy lắng nghe. Dùng thần thông để lựa chọn châu nào mình sẽ tái sinh, và chỉ tái sinh nơi có Phật pháp hiện hành.

"Giả sử nghiệp lực khiến ngươi phải sanh trong đống phân thì lúc này ngươi sẽ thấy ở đấy có mùi thơm tho ngọt ngào, ngươi sẽ thác sanh vào đó. Vì vậy, dù có cảm giác gì, đừng tin vào đó. Hãy cố gắng tránh bỏ ái dục, sân hận và chủ động lựa chọn mẫu thai.

"Hãy phát nguyện như sau: 'Vì lợi lạc cho chúng sanh, ta muốn sanh làm người có uy quyền, hoặc làm người có tri thức, hoặc trong gia đình thích nghe Chánh pháp, hoặc cha mẹ ta là người mộ đạo. Vì lợi lạc cho chúng sanh, ta muốn có một thân thể đầy đủ. Ta sẽ tạo nhiều thiện nghiệp.'

"Với tâm thức này, ngươi nhập vào mẫu thai, quán tưởng tới chư Phật, Bồ Tát mười phương, và nhất là đức Quán Thế Âm.

"Vì một nghiệp xấu nào đó, có thể ngươi sẽ phạm sai lầm khi chọn lựa nơi tái sinh. Khi ấy, một ác đạo có thể được nhìn thấy như tốt đẹp hoặc ngược lại. Vì vậy cần có thái độ như sau: dù cho một chỗ tái sinh có vẻ tốt đẹp, ngươi đừng vội tin tưởng; một chỗ khác có vẻ xấu ác, ngươi đừng vội chối bỏ. Thái độ quan trọng nhất là cố giữ tâm tự tại, không tốt không xấu; không vồ vập, không chối bỏ; không ái dục và không sân hận."

Có những trường hợp được khai thị như vậy nhưng một số thần thức vẫn bị ác nghiệp theo đuổi. Chủ lễ cần giúp cho những thần thức có căn cơ thấp kém này tìm được một nơi an trú, mặc dù họ không dứt được ái dục và sân hận. Chủ lễ gọi tên người chết và nói:

"Này thiện nam (hoặc tín nữ, nói rõ tên...), nếu ngươi không rủ bỏ được ái dục và sân hận, nếu ngươi không biết lựa chọn chỗ tái sinh, thì hãy quán tưởng Tam bảo và xin quy y. Hãy vững bước đi tới. Đừng để bị bà con thân thuộc níu kéo. Ngươi hãy đi vào ánh

sáng xanh của cõi người hoặc ánh sáng trắng của cõi trời. Hãy đi vào những đền đài đẹp đẽ, hoặc những nơi vườn tược xanh tươi.”

Chủ lễ nhắc nhở như thế bảy lần, sau đó niệm danh hiệu Phật và Bồ Tát rồi tụng bài *Kệ vô ngại*,[1] bài *Kệ vô thường*,[2] bài *Cầu Phật và Bồ Tát cứu độ*[3] bảy lần.

7. Kết luận

Khi được chủ lễ khai thị như luận này trình bày, các vị tu thiền định đã thuần thục sẽ nhận rõ được *chân tâm* ngay trước khi chết. Các vị này không phải mang *thân trung ấm*, chứng ngay được *vô sanh pháp nhẫn*.

Một số thần thức tỉnh dậy sau khoảng bốn ngày, nhận ra được hào quang của *chân tâm*, cũng giác ngộ giải thoát. Ngoài ra, một số thần thức khác tùy theo nghiệp lực, kẻ sớm người muộn, trong những tuần kế tiếp theo sau sẽ nhận ra hình ảnh các vị thiện thần hoặc ác thần chính là biến hiện của tâm thức mình. Những thần thức này cũng giác ngộ, tùy theo trình độ, nhưng đều được sanh về các cõi tịnh độ và thoát khỏi sinh tử luân hồi.

Nhưng vẫn còn có nhiều thần thức bị ác nghiệp lôi kéo, đi vào giai đoạn tái sinh. Nhờ được khai

---

[1] Xem phụ đính D

[2] Xem phụ đính C

[3] Xem phụ đính A

thị, cũng có nhiều thần thức giác ngộ, tùy mức độ khác nhau, như trên nhiều bậc thang khác nhau. Có những thần thức khác thấp kém hơn, vì quá sợ hãi, vì nghiệp báo quá nặng nề, đến lúc sắp tái sinh mới được giác ngộ. Những thần thức này thường nhờ vào việc quán tưởng và cầu nguyện mà được giải thoát.

Cuối cùng là những người *hạ căn*, nhờ biết quy y Tam bảo mà được tái sinh làm thân người quí báu, được mọi sự tự tại và có cơ hội gặp các bậc thiện tri thức hoặc minh sư để được khai thị và giải thoát.

Trong giai đoạn sắp tái sinh, nếu thần thức được nghe pháp môn này, thì những lời khai thị sẽ giúp kéo dài, tăng thêm những thiện nghiệp, như thêm một ống nước trong một vòi nước. Được nghe luận này, ai cũng có thể được giải thoát, ngay cả những kẻ đã gây nhiều ác nghiệp.

Tại sao vậy? Vì trong giai đoạn mang *thân trung ấm* này, các thiện thần và ác thần đều xuất hiện, đều có khuynh hướng cám dỗ, lôi kéo thần thức. Thần thức trong giai đoạn này chỉ cần nghe là hiểu, lại rất linh hoạt vì không còn bị ràng buộc bởi xác thân bằng xương thịt. Thần thức có đầy đủ thần thông, có thể lắng nghe hoặc nhìn thấy từ xa và có mặt tức khắc. Đây là thời điểm rất quí báu vì thần thức có khả năng hiểu ngay những lời khai thị và tức khắc có hiệu quả. Như một thân cây đồ sộ trăm người lay không nỗi, nhưng khi nổi lên trong nước thì có thể đẩy đến bất cứ đâu. Những lời khai thị trong lúc này giống như sợi dây cương giúp người ta dễ dàng điều khiển con ngựa.

Vì vậy, cần nói chuyện với người sắp chết về những điều đã học được trong luận này. Và nếu xác chết còn hiện tiền, chủ lễ hoặc người thân nên đọc nhiều lần luận này bên cạnh xác chết cho đến lúc thấy máu và một chất khí màu trắng thoát ra nơi lỗ mũi.

Trong suốt thời gian này, cần để cho xác chết được yên tĩnh. Đặc biệt cần chú ý không được giết hại sinh vật để cúng tế. Không được khóc lóc, kêu la hoặc nói chuyện ồn ào bên cạnh xác chết. Cần chú tâm làm nhiều điều phước thiện.

Cần đọc thêm các bản văn phụ đính của *Luận vãng sinh* này. Nên đọc nhiều lần để hiểu ý nghĩa từng câu văn, và khi cái chết gần kề, nếu tình trạng sức khỏe cho phép, người sắp lâm chung nên tự mình đọc rõ và quán tưởng. Nếu không thể tự đọc được, nên có một người bạn cùng kiến giải đến tụng đọc cho nghe, chắc chắn người chết sẽ được giải thoát.

Pháp môn này không đòi hỏi nhiều công phu tập luyện, vì những lời khai thị này chỉ cần được nghe thấy, đọc hiểu là đã có thể dẫn đến giải thoát. Những lời này cũng giúp ta từ bỏ các nghiệp xấu ác, quay trở về chánh đạo.

Chỉ cần đừng quên đi câu văn và ý nghĩa của luận, ngay cả trong trường hợp bị thú dữ rượt đuổi, pháp môn này vẫn có thể giúp người ta đạt được giải thoát trong giai đoạn trước khi chết.

Chư Phật ba đời quá khứ, hiện tại và vị lai đều tán thán pháp môn này.

Luận này là những lời khai thị cho chúng sanh cõi người. Đây là những lời khai thị tinh yếu nhất, được gọi là pháp môn "*lắng nghe và giải thoát*".

Báu vật này được đức *Siddha Karma-Lingpa* tìm thấy trong núi *Gampo-Dar*. Cầu mong tập luận này có ích cho đạo pháp và cho tất cả chúng sanh.

●

PHỤ ĐÍNH

Những bài kệ này thường được tụng đọc trong lúc khai thị cho thần thức. Được hiểu theo đúng nghĩa, những bài kệ này chính là chánh đạo. Chúng không phải là những lời cầu xin sự cứu giúp từ một đấng quyền năng bên ngoài, mà là phương pháp để tự tu tập và lý giải cho chính mình. Những bài kệ này khơi nguồn đạo tâm và đánh thức năng lực của tâm thức hướng về sự tốt đẹp.

A. Cầu Phật và Bồ Tát cứu độ

Khi có người vừa chết, chủ lễ niệm danh hiệu Phật và Bồ Tát cầu xin tiếp dẫn, cứu độ. Cần thiết trai nghi cúng dường Tam bảo, niêm hương và tụng đọc như sau với tất cả lòng thành kính:

Nam mô Thập phương Thường trú Tam bảo

Kính lạy chư Phật đại từ, đại bi, đại trí giác, cứu độ hết thảy chúng sanh, oai đức không thể nghĩ bàn. Xin chứng minh lòng thành kính của con.

Hương linh (tên người chết...) đã rời bỏ thế giới này. Hương linh chết đi, không còn bạn hữu, đau khổ, không nơi nương tựa, không người bảo vệ, ánh sáng đời sống đã tắt hẳn. Hương linh đi vào chỗ tối tăm như rơi xuống vực thẳm, như lạc lối trong rừng sâu, bị nghiệp lực theo đuổi. Hương linh lạc vào nơi hoang địa, như bị sóng cả vùi dập, như không có đất đứng, bị ác thần hăm dọa, lòng đầy hoang mang sợ hãi. Hương linh bị giam hãm trong vòng sinh tử, đau khổ, tuyệt vọng. Đây là lúc hương linh hết sức bơ vơ.

Kính lạy chư Phật, Bồ Tát đại từ đại bi, xin cứu độ hương linh (tên người chết...), xin tiếp dẫn hương linh, đưa ra khỏi những cảnh tối tăm khổ não, đưa hương linh qua khỏi bão tố, làm cho hương linh hết sợ sệt, giải thoát cho hương linh khỏi đoạn đường đầy bất trắc khi mang thân trung ấm.

Kính lạy chư Phật, Bồ Tát đại từ đại bi, xin cứu độ hương linh (tên người chết...), không để cho hương linh rơi vào ba đường ác, xin tiếp dẫn hương linh theo lời nguyện lành của chư Phật, Bồ Tát. Xin phóng hào quang đại bi cứu độ.

Kính lạy chư Phật, Bồ Tát đại từ đại bi, xin tiếp dẫn hương linh (tên người chết...) theo lời nguyện lành của chư Phật, Bồ Tát. Xin phóng hào quang đại bi cứu độ, đừng để cho một chúng sanh nào rơi vào cõi xấu ác.

Cầu mong Tam bảo gia hộ, tiếp dẫn hương linh về cõi Tịnh độ.

Thành kính đọc bài này, rồi đọc tiếp các bài sau:

B. Kệ vãng sinh cho thân trung ấm

Nam mô Thập phương thường trú Tam bảo
Xin phát lòng đại bi,
Tiếp dẫn chúng con vào chánh đạo.

Phải chăng vì mê vọng,
Con sẽ trầm luân trong cõi luân hồi.
Hoặc con sẽ được vào chánh đạo,
Của tinh tấn, quán tưởng và thiền định.

Cầu chư Phật, Bồ Tát dẫn đường,
Xin cứu độ con.
Xin tiếp dẫn con,
Về cõi tịnh độ của chư Phật.

Phải chăng vì vô minh,
Con sẽ trầm luân trong cõi luân hồi.
Hoặc con sẽ được chánh tri kiến của *Pháp thân.*

Cầu đức Phật *Đại Nhật* dẫn đường.
Xin cứu độ con.
Xin tiếp dẫn con,
Về cõi tịnh độ của chư Phật.

Phải chăng vì sân hận,
Con sẽ trầm luân trong cõi luân hồi.
Hoặc con sẽ chứng đắc *Đại viên cảnh trí.*

Cầu đức Phật *Bất Động* dẫn đường.
Xin cứu độ con.
Xin tiếp dẫn con,
Về cõi tịnh độ của chư Phật.

Phải chăng vì ngã mạn,
Con sẽ trầm luân trong cõi luân hồi.
Hoặc con sẽ chứng đắc *Bình đẳng tánh trí.*
Cầu đức Phật *Bảo Sanh* dẫn đường.
Xin cứu độ con.
Xin tiếp dẫn con,
Về cõi tịnh độ của chư Phật.

Phải chăng vì tham ái,
Con sẽ trầm luân trong cõi luân hồi.
Hoặc con sẽ chứng đắc Diệu quan sát trí.
Cầu đức Phật *A-di-đà* dẫn đường.
Xin cứu độ con.
Xin tiếp dẫn con,
Về cõi tịnh độ của chư Phật.

Phải chăng vì ganh tị và tật đố,
Con sẽ trầm luân trong cõi luân hồi.
Hoặc con sẽ chứng đắc *Thành sở tác trí.*
Cầu đức Phật *Bất Không Thành Tựu* dẫn đường.

Xin cứu độ con.
Xin tiếp dẫn con,
Về cõi tịnh độ của chư Phật.

Phải chăng vì ác nghiệp,
Con sẽ trầm luân trong cõi luân hồi.
Hoặc con sẽ chứng đắc *Chánh tri kiến.*
Cầu đức Phật *Minh Trì* dẫn đường.
Xin cứu độ con.
Xin tiếp dẫn con,
Về cõi tịnh độ của chư Phật.

Phải chăng vì hoang mang sợ hãi,
Con sẽ trầm luân trong cõi luân hồi.
Hoặc con sẽ được dứt lòng sợ hãi.
Cầu các vị thiện thần, ác thần dẫn đường.
Xin cứu độ con.
Xin tiếp dẫn con,
Về cõi tịnh độ của chư Phật.

Cầu cho không gian không trở thành đối nghịch,
Con sẽ thấy được cõi Phật màu xanh.

Cầu cho nước không trở thành đối nghịch,
Con sẽ thấy được cõi Phật màu trắng.

Cầu cho đất không trở thành đối nghịch,
Con sẽ thấy được cõi Phật màu vàng.

Cầu cho lửa không trở thành đối nghịch,
Con sẽ thấy được cõi Phật màu đỏ.

Cầu cho gió không trở thành đối nghịch,
Con sẽ thấy được cõi Phật màu xanh lục.

Cầu cho năm sắc không trở thành đối nghịch,
Con sẽ thấy được mọi cõi Phật trang nghiêm.

Cầu cho âm thanh, ánh sáng
không trở thành đối nghịch,
Con sẽ thấy được các vị thiện thần, ác thần.

Cầu cho con nhận ra mọi âm thanh,
Là âm thanh của chính con.
Cầu cho con nhận ra mọi ánh sáng,
Là ánh sáng của chính con.
Cầu cho con nhận ra mọi cảnh tượng,

Là cảnh tượng của chính con.
Cầu cho con nhận ra *thân trung ấm*,
Là tâm thức của chính con.
Cầu mong con chứng được Ba thân Phật.[1]

C. Kệ vô thường[2]

a. Khi sanh ra

Đây là lúc mới sanh ra,
Xin đừng trì trệ, ngày qua lại ngày.
Hãy tinh tấn trên đường tu tập,
Quán tưởng và thiền định chuyên tâm.
Theo chánh pháp chứng Ba thân Phật,
Chẳng uổng sanh ra được thân người.

b. Trong giấc mộng

Đây là lúc say trong giấc mộng,
Đừng buông lơi như kẻ chết rồi.
Hãy giữ lòng hồn nhiên, sáng suốt,
Tỉnh táo ngay trong giấc say ngon.
Hào quang của chân tâm tỏa rạng,
Thức, ngủ đều là lúc tiến tu.

---

1 Pháp thân, Báo thân và Ứng hóa thân.

2 Luận vãng sinh chỉ rõ, có sáu giai đoạn chuyển tiếp (ṣaḍantarā-bhava) trong đời sống: giai đoạn khi sanh ra (jāti-antarābhava), giai đoạn trong giấc mộng (svapnāntarābhava), giai đoạn nhập đại định (samādhi-antarābhava), giai đoạn trước khi chết (mumūrṣāntarābhava), giai đoạn trung ấm thân (dharmatāntarābhava) và giai đoạn ngay trước khi tái sinh (bhavāntarābhava). Sáu bài kệ này nói về sáu giai đoạn đó, là các giai đoạn mà tính chất vô thường nổi bật nhất, nên chúng tôi xin tạm gọi là "Kệ vô thường".

c. Khi nhập định

Đây là lúc nhập vào đại định,
Xin diệt trừ phóng dật, vô minh.
Tâm sáng suốt, vô biên, tự tại,
Tinh tấn trong quán tưởng, tựu thành.
Trong đại định, nhất tâm vô niệm,
Tâm sạch trong không chút nhiễm ô.

d. Trước khi chết

Đây là lúc sắp vào cõi chết,
Xin bỏ tâm chấp thủ, khát khao.
Đừng bám lấy những gì phải mất,
Vạn vật vô thường có nghĩa gì đâu?
Hãy thể nhập *pháp thân* sáng suốt,
Cõi bất sanh bất diệt thường hằng.
Hãy vất bỏ xác thân thối rửa,
Vốn chỉ là ảo mộng đã qua.

e. Thân trung ấm

Đây là lúc mang *thân trung ấm*,
Đã chết rồi chờ đợi tái sinh.
Hãy dứt bỏ đi tâm sợ hãi,
Nhận rõ rằng, *vạn pháp duy tâm*.
Những ảo ảnh có gì đáng sợ?
Chính là đây lúc phải đổi đời,
Không sợ cảnh chư thần biến hiện.

f. Trước khi tái sinh

Rõ biết mình sắp phải tái sinh,
Xin hãy tập trung tâm thức lại,

Kéo dài thêm thiện nghiệp đã làm.
Bình thản chối từ mọi chốn tái sinh.
Hãy tỉnh táo kiên trì chánh niệm,
Từ bỏ đi ái dục, tham, sân.
Một lòng niệm Phật *Di-đà*,
Cầu sanh Tịnh độ thoát vòng trầm luân.

g. Kết luận

Ngu si không biết mình sẽ chết,
Cứ triền miên tạo nghiệp luân hồi.
Hành trang chỉ hai bàn tay trắng,
Ngu si này còn ngu si nào hơn?
Hãy khẩn thiết, tinh tấn lo tu học,
Ngay giờ đây, theo pháp Phật nhiệm mầu.
Các bậc đạo sư đều hết lòng nhắn nhủ:
Nếu không khéo hành trì Chánh pháp,
Sẽ ngu mê không tự biết chính mình.

GIẢNG LUẬN

của đức Lạt-ma Chốgyam Trungpa Rinpoche

1. Nội dung sơ lược

Theo cách phân loại trong Phật giáo thì sách này không phải là *kinh* - vì không do Phật trực tiếp thuyết dạy, mà thuộc về *luận*, và được gọi là *Luận vãng sinh*. Vấn đề cần đề cập trước hết là không nên vội so sánh luận này với các huyền thoại về người chết. Bởi vì như thế chúng ta sẽ dễ quên đi một điều cơ bản, đó là qui luật của sự diệt vong và sự tái sinh, xảy ra một cách liên tục.

Nói đến *chết* cũng chính là nói đến *sự sống*, cho nên cũng có thể gọi luận này là *Luận tái sinh*. Luận này nói đến cái chết, nhưng với một quan niệm hoàn toàn mới. Luận này cũng được gọi là *Tâm kinh*, vì trong *tâm* chứa cả *sự sống* và *cái chết*. Tâm đã sản sinh ra đời sống, trong đó chúng ta sinh hoạt, hít thở và hoạt động. Đó chính là đối tượng của luận.

Ở Tây Tạng, trước khi đạo Phật du nhập có một tôn giáo khác gọi là đạo *Bon*. Tôn giáo này đã biết rõ cách ứng xử với người sắp chết, tìm hiểu dấu hiệu của họ như nhiệt độ thân thể... Tôi cho rằng, nền văn minh đạo *Bon* cũng như các huyền thoại Ai Cập hình như cũng chỉ quan tâm đến dấu tích người chết để lại mà ít lưu ý tới hoạt động của tâm thức người chết.

Điều tôi muốn trình bày ở đây là: sau khi chết tâm thức sẽ ở trong một trạng thái chao đảo giữa *sáng suốt* và *sai lầm*, giữa *giác ngộ* và *mê vọng*. Tôi cũng muốn trình bày những phương cách dẫn dắt đến *chánh kiến*, xa rời *vọng niệm*.

Trong tiếng Tây Tạng, *bardo* có nghĩa là *chuyển tiếp*, hay *khoảng hở*. Trong luận này, *bardo* chính là giai đoạn giữa cái chết và sự tái sinh, tức là *thân trung ấm*. Trong đời sống hằng ngày, *bardo* chính là những giai đoạn chuyển tiếp từ trạng thái này sang trạng thái khác: *cái chết thật ra vẫn diễn ra thường xuyên trong cuộc sống.*[1] Kinh nghiệm về *giai đoạn chuyển tiếp* là một trong những cơ sở tâm lý quan trọng của con người. Trong đời sống thông thường, thật ra chúng ta liên tục trải qua những giai đoạn chuyển tiếp, giai đoạn được xem là "*chao đảo*" trong cuộc đời. Có khi ta không có cảm giác an toàn, có khi không rõ mình muốn gì, có khi không rõ đời mình sẽ đi về đâu... Vì vậy, *Luận vãng sinh* này không phải chỉ nhắn gửi với người sắp chết hoặc người đã chết, mà cho cả những ai vừa mới sanh ra. *Mỗi người chúng ta trải qua cái chết và cái sống liên tục ngay trong đời sống này, ngay trong khoảnh khắc này.*

Trong một ý nghĩa sâu kín hơn, ta có thể hiểu *bardo - giai đoạn chuyển tiếp* - là giai đoạn tiến về sáu trạng thái của tâm lý, "*sáu nẻo đường*" hay "*lục đạo*". Trên sáu nẻo đường đó, các vị "*thiện thần*"

[1] Ở đây hàm ý "chết" có nghĩa là chấm dứt một giai đoạn nào đó, không nhất thiết là chấm dứt mạng sống.

hay "*ác thần*" sẽ hiện ra, như trong luận này mô tả. Trong tuần đầu tiên, các vị thiện thần sẽ xuất hiện, tuần cuối là các vị ác thần: có khi thấy chư Phật và các vị thiên tướng, có khi xuất hiện dưới dạng dữ tợn làm thần thức hết sức sợ hãi. Những chi tiết được mô tả trong luận này là những trạng thái rất thực trong đời sống hằng ngày, không phải chỉ là những hình ảnh hoặc cảm giác mà thần thức cảm nhận sau khi chết.

Nói một cách khác, những cảnh tượng thần thức trải qua sau khi chết chính là bộ mặt thực của chính tâm lý chúng ta, được nhận ra trong dạng thức hết sức sâu lắng. Không ai có thể cứu rỗi chúng ta, tất cả tùy thuộc vào chính những gì chúng ta tha thiết theo đuổi. Một vị minh sư hay người bạn tốt may ra có thể hướng dẫn được đôi điều, nhưng thật ra họ không đóng vai trò quyết định.

Làm sao có thể biết được những gì sau khi chết? Có ai đội mồ sống dậy kể chuyện cho ta nghe chăng? Thật ra thì những điều xảy ra trong giai đoạn trước khi tái sinh gây ấn tượng vô cùng mãnh liệt, trẻ sơ sanh còn có thể "*nhớ*". Nhưng khi lớn lên, ấn tượng của cha mẹ và môi trường chung quanh ngày càng đậm nét. Bị quy định trong một khung cảnh mới, ấn tượng xưa ngày càng mờ nhạt, chỉ thỉnh thoảng lóe lên. Những lúc đó chúng ta lại thấy xa lạ, nghi ngờ những ấn tượng đó, có lúc sợ hãi, nên sớm quên đi. Vì vậy nói về những ấn tượng sau khi chết là nói về một chủ đề không mấy ai tin.

2. Giai đoạn chuyển tiếp ngay trước khi chết

Cảm giác cơ bản đầu tiên của người sắp chết là không biết chắc mình sẽ chết hay tiếp tục sống. Cần hiểu *chết* ở đây nghĩa là chấm dứt mối liên hệ với thế giới vật chất. Không những thế, người chết sẽ có cảm giác mình đang từ bỏ một thế giới *có thực* để đi vào một thế giới *không ổn định*.

Thế giới *có thực* có những đặc trưng gì? Đó là một thế giới có niềm vui, nỗi buồn, có thiện, có ác. Tóm lại đó là một thế giới luôn luôn có hai cực, *thế giới nhị nguyên*. Nếu có ai đứng ngoài được sự tranh chấp giữa hai cực đó, người ấy sẽ hiểu thấu được *tri kiến nhất nguyên*. Với tri kiến này, người ta sẽ không còn mâu thuẫn, vì nhìn thấy được vạn hữu trong một thể trọn vẹn thống nhất. Những mâu thuẫn, tranh chấp xảy ra là vì chúng ta không thấy được bản chất thật sự của *nhị nguyên*. Chính vì tri kiến sai lầm về *thế giới nhị nguyên* hiện tại nên người chết có cảm giác sợ hãi, vì thấy mình đang phải từ bỏ cái *có thực* để đi vào một nơi hoang địa, của tối tăm, của sương mù.

Luận vãng sinh này mô tả những giai đoạn của sự chết khi các yếu tố *tứ đại*[1] dần dần tiêu tan và đoạn diệt. Khi yếu tố *đất* đoạn diệt trong yếu tố *nước*, người

---

[1] Tứ đại: Bốn yếu tố tượng trưng cho sự cấu thành của vật chất, gồm có đất (tượng trưng cho thể rắn), nước (tượng trưng cho thể lỏng), gió (tượng trưng cho sự chuyển động) và lửa (tượng trưng cho hơi ấm, năng lượng).

chết có cảm giác hết sức nặng nề trì trệ. Lúc yếu tố *nước* tiêu tan trong yếu tố *lửa*, người chết thấy rõ bộ tuần hoàn ngưng hoạt động. Khi yếu tố *lửa* tan trong yếu tố *gió*, người chết mất cảm giác về nhiệt độ, về sự tăng trưởng. Và khi yếu tố *gió* tan vào trạng thái *không*, chính lúc đó người chết thấy mất hẳn mối liên hệ với thế giới vật chất. Cuối cùng, khi *không* hoặc *thức* tan biến trong *thức vô ngã*, thần thức người chết bỗng nhiên cảm nhận một thứ ánh sáng rực rỡ, chói lòa, một thứ ánh sáng tự thân. Đây là trạng thái đôi khi cũng được gọi là *chân tâm* hay *pháp thân thường trú*. Tiếc thay, thần thức người chết sẽ không lưu lại nơi đây, mà thông thường sẽ bị nghiệp lực lôi kéo dẫn dắt đi về những cảnh giới khác.

Về mặt tâm thức, khi trải qua những giai đoạn vừa kể, người chết có những cảm giác khác nhau, nhưng nói chung là hoang mang không rõ mình đạt được *chánh kiến* hay sa vào *điên loạn*. Khi mất yếu tố *đất*, thần thức có cảm giác mình mất luôn cách suy nghĩ duy lý thông thường, lúc đó chỉ còn dựa vào yếu tố *nước*, và cho rằng tuy thế mình vẫn còn biết suy luận. Tới lúc yếu tố *nước* đoạn diệt, thần thức rời bỏ suy luận. Lúc đó cảm tính nổi lên rất mạnh. Thần thức tha thiết nhớ tới những người mình yêu thương hoặc hằn học với những gì mình ghét bỏ. Yếu tố *lửa* làm các cảm giác yêu ghét đó lên đến cao độ. Nhưng khi *lửa* tan đi trong *gió* thì những cảm giác ấy cũng nhạt dần, thần thức có cảm giác trống rỗng hoặc thanh thản, đồng thời mất khả năng tập trung, tất cả bị cái *không* xâm chiếm.

Sau đó là *pháp thân thường trú* hiện ra, thật ra chính là lúc đạt đến *chân tâm*. Trong trạng thái này, thần thức sẽ thấy được tính chất *nhất thể*, sẽ có cảm giác niềm vui và đau khổ chỉ là một, xuất hiện cùng lúc. Cái *tự ngã* vốn hay tranh chấp mâu thuẫn trong cõi *nhị nguyên*, một khi nhận ra được cái *nhất nguyên* sẽ tự tan biến và *chân tâm* xuất hiện.

Chính từ *chân tâm* không sanh không diệt này, nghiệp lực sẽ bắt đầu xuất hiện dẫn dắt thần thức đi vào đời sống mới. Nếu thần thức lưu trú trong chánh niệm, nhất tâm trong thiền định, *pháp thân* sẽ xuất hiện. Còn nếu bị năng lực của nghiệp báo dẫn dắt, thần thức sẽ xa dần *pháp thân thường trú*. Lúc đó một tâm niệm *chấp hữu* khởi lên, và tùy theo mức độ *chấp hữu*, thức sẽ đi vào những cảnh giới khác nhau trong sáu cõi luân hồi, hay *lục đạo*. Chính năng lực *chấp hữu* là động cơ thôi thúc thức đi vào *lục đạo*, hay sáu nẻo đường. Vậy *lục đạo* là gì? Đó là những cảnh giới sẽ lần lượt được trình bày sau đây.

3. Lục đạo

a. Địa ngục (Nāraka)

Đây là cảnh giới có mức độ *chấp hữu* lớn nhất. Nghiệp lực dồn thần thức tới mức độ bị nghiệp lực sai khiến hoàn toàn. Từ trong cảm giác *không* của *chân tâm bất hoại*, thần thức khởi lên ý niệm căm ghét. Sự căm ghét làm thần thức muốn gây khổ cho ai đó, nhưng không có ai là đối tượng, nên thần thức quay lại làm khổ chính mình. Vừa khởi tâm muốn đánh đập ai đó thì hành động đánh đập đã quay lại hành hạ chính thân mình. Đó là cơ sở của *địa ngục*.

Trong tác phẩm "*Niềm vui giải thoát*", ngài *Gampopa* đã mô tả một cách sinh động cõi địa ngục và nỗi đau khổ, mà thật sự là đang diễn ra trong tâm ý chúng ta. Thật sự thì không có ai đứng ra trừng phạt ta trong cõi địa ngục cả, chính cái năng lực căm thù hiện ra thành một thế giới đầy lửa mà ta thường gọi là *hoả ngục*.

Còn một dạng khác của cảnh giới *địa ngục* hoàn toàn ngược lại. Khắp nơi ngự trị một thế giới băng giá lạnh lùng. Đó cũng là một dạng của sự căm ghét, làm ta không muốn liên hệ với bất cứ ai. Sự căm ghét này phần lớn xuất phát từ sự kiêu ngạo, ngã mạn, làm hiện ra một thế giới lạnh lẽo chung quanh, trong đó thần thức tự cho rằng chỉ có mình là nắm được lẽ phải.

b. Ngạ quỷ (Preta)

Cảnh giới thứ hai của *lục đạo* là *ngạ quỷ*, hay quỷ đói. Từ trong *chân tâm* thanh tịnh, thần thức không khởi lên *sự căm thù* như trong cảnh giới *địa ngục*, mà khởi lên *sự thèm khát và ganh tị*. Điều đáng nói là thần thức vừa có cảm giác đầy đủ sung mãn, không thiếu thứ gì, lại vừa thấy vô cùng thiếu thốn, luôn thèm khát muốn được nhiều hơn nữa.

Trong cảnh giới này, sự thỏa mãn của thần thức không phải là *cái có được*, mà chính là *sự săn đuổi*.

Có thể so sánh với những người đi câu cá không phải để ăn con cá, mà để tìm cái khoái cảm lúc bắt được con cá. Hãy tưởng tượng có người đã quá no nê không thể ăn được gì thêm, nhưng vẫn thèm ăn vì cái khoái cảm khi được ăn. Người ấy nảy sanh sự thèm khát và ganh tị với những ai thực sự đói và có thể ăn được.

Biểu tượng của loài quỷ đói (*ngạ quỷ*) là một chúng sinh có bụng to như cái trống nhưng cổ họng chỉ như ống kim nhỏ xíu. Tùy theo nghiệp lực, quỷ đói cảm nhận khác nhau về các loại thức ăn.[1] Có loài vừa cầm thức ăn trên tay, thức ăn đã biến mất hay không ăn được. Có loài đưa vào miệng nhưng không nuốt được. Có khi thức ăn biến thành lửa, không tiêu hóa được. Thật ra, trong đời sống thông thường, chúng ta vẫn thường xuyên chứng kiến những trạng thái tương tự như thế.

c. Súc sanh (Paśu)

Đặc điểm của cảnh giới súc sanh là sự thiếu vắng của cảm giác hỷ lạc, tâm thức hoan hỷ. Biểu tượng của cõi này là thế giới thú vật. Chúng có cảm giác hạnh phúc hay đau khổ, nhưng không hề biết cười.

Trong đời sống thông thường, ta sẽ đi vào cõi này một khi chỉ nhắm mắt đi theo một quan điểm cực đoan nào đó, hoặc một khuôn khổ lý thuyết nhất định, rồi tuyệt đối tin tưởng vào đó, một cách cố

---

[1] "Thức ăn" ở đây không chỉ là thực phẩm, mà chỉ đến tất cả những gì thần thức mong muốn được chiếm hữu, như tiền bạc, danh vọng, trình độ...

chấp, không suy xét, không thay đổi. Một con người như thế có thể rất siêng năng cần mẫn và hài lòng với cuộc sống. Như một bác nông phu với cái cày và cách thức canh tác của mình; như một thương gia, một người cha trong gia đình, chỉ mong muốn không có gì bất ngờ xảy ra, tránh mọi bất trắc. Tất cả đều theo những tiêu chuẩn, lề luật đã định sẵn, tất cả đều phải được tính toán từ trước.

Trong cảnh giới súc sanh, mỗi một điều lạ, mỗi một bất ngờ đều là một thứ tai họa và sẽ là nguyên nhân gây sợ hãi, hỗn loạn dữ dội. Đó cũng chính là nét tiêu biểu của thế giới thú vật mà chúng ta đều biết.

d. Người (Nāra)

Nếu cảnh giới súc sanh chỉ mong được sống sót và an lành thì cảnh giới con người khác hơn một bước. Đặc trưng của thế giới loài người là *sự khao khát tìm tòi, khám phá và thụ hưởng*. Đây là thế giới của những nhà nghiên cứu, tìm tòi, luôn muốn làm giàu thêm tri thức và kinh nghiệm. Cõi người có một vài dấu vết của loài quỷ đói là luôn muốn *có được nhiều hơn*; đồng thời cũng có yếu tố của súc sanh, *cố gắng giữ cho mọi thứ được ổn định*. Nhưng cõi người có một đặc trưng mà hai cõi kia không có, đó là sự khôn ngoan, thường xuyên suy xét và tìm tòi không ngưng nghỉ. Vì vậy tâm thức loài người đã đạt đến những thành quả lớn lao, rồi trên những thành quả đó nảy sinh thêm những thành quả khác, kể cả những âm mưu quỷ quyệt, những khao khát vô cùng.

e. A-tu-la (Āsura)

Cảnh giới *a-tu-la* có thể xem là cao hơn loài người một bậc. Đặc trưng của cõi này là mối liên hệ với nhau rất cao, đặt trên một trình độ tri thức phát triển. Vừa rời *chân tâm* trống rỗng vắng lặng đi vào cõi *a-tu-la*, thần thức có cảm giác rơi vào một nơi hoang địa và khôn ngoan quan sát, rình rập mọi thứ. Trong thần thức nảy sanh một mối nghi ngờ với tất cả và luôn tìm cách thắng cuộc.

Khác với các cảnh giới người và súc sanh, *a-tu-la* là cảnh giới của những âm mưu quỷ quyệt, của những sự khôn ngoan gian hùng, những toan tính lớn lao liên quan đến toàn xã hội.

f. Trời (Deva)

Từ trong *chân tâm* thanh tịnh, thần thức bỗng khởi lên niềm hỷ lạc và muốn lưu giữ niềm vui đó. Thay vì lưu trú trong *thức vô ngã*, thần thức cảm giác về một *tự ngã* và muốn giữ gìn *tự ngã* đó trong một trạng thái đại định. Đó là ý muốn duy trì đời sống trong trạng thái thiền định sâu lắng, an lạc. Thần thức ngần ngại không muốn lưu trú trong cảnh giới *vô ngã*, chỉ muốn an trú vào một nơi nào đó, muốn được là một cái gì đó.

❁

Sáu cảnh giới vừa nói trên là đối tượng của toàn thể sự sống trong cõi luân hồi, đồng thời cũng là sáu cửa ngõ để trở về với *chân tâm* không sanh không diệt. Sự hiểu biết về sáu cảnh giới này sẽ giúp ta hiểu được những cảnh tượng mà thân *trung ấm* nhìn thấy. Sáu cõi này cũng chính là sự thay đổi tâm lý của con người trong những tình huống khác nhau. Nếu hiểu *cái tôi* là thể chất bằng xương bằng thịt, thì sáu cõi đó có tính *khách quan*, còn nếu hiểu được *cái tôi* bao gồm cả *tâm thức phân biệt*, thì sáu cõi đó không gì khác hơn chính là các cảnh giới được dẫn dắt đến bởi nghiệp lực của mỗi người.

4. Thể nhập pháp thân

Pháp thân chỉ là một từ tạm dùng để diễn tả một điều không thể diễn tả, vì chỉ chư Phật mới có thể *tri chứng* được nó. Khi tâm thức người chết vừa thấy được *chân tâm*, thì dụng của *chân tâm* là *pháp thân*, nhưng *pháp thân* lúc này xuất hiện dưới dạng của cõi *Ta-bà*. Trong dạng này của pháp thân, chư Phật và các vị thiên tướng xuất hiện.

Pháp thân không xuất hiện trong dạng vật lý, trong dạng sắc thể, mà với dạng năng lượng, thứ năng lượng sanh ra *đất, nước, lửa, gió* và *không gian*. Trong luận này sẽ nói đến sự xuất hiện của chư Phật, nhưng đây không phải là sự *thấy* thông thường, nghĩa là có *người thấy* và có *kẻ bị thấy*, vì rằng ở đây *người thấy* đã hòa nhập làm một với *đối tượng nhìn thấy*.

Đây là một điều rất quan trọng để có thể thấu hiểu được cảnh tượng sau khi chết. Có thể giải thích rằng những gì ta thấy chính là *bản thân diện mục tâm lý* của ta. Nhưng như thế chưa đủ, phải nói thêm rằng đó chính là năng lượng của *pháp thân* đang nhìn ngắm lại chính mình.

5. Thế giới hình ảnh của thần thức

Trong thân *trung ấm*, những hình ảnh, màu sắc, âm thanh hoàn toàn không có thực chất, nếu hiểu theo nghĩa thông thường. Chúng chỉ là một dạng của tâm thức *vô ngã* rỗng không, vắng lặng. Muốn nhận rõ được điều này, thần thức cần phải quên đi cái *tôi* cố hữu của mình.

Nhưng rất ít thần thức thể nhập được vào cảnh giới *vô ngã*, do cố chấp rằng mình *đang thấy* và có *đối tượng nhìn thấy*. Vì thế, đối với thần thức thì những cảnh tượng xuất hiện dường như là *khách quan*, có thực thể. Những cảnh tượng này có thể tạo ra sự sung sướng, an lạc. Nhiều thiện thần xuất hiện, tạo cảm giác hạnh phúc, đem lại những tri kiến chưa hề có về thế giới bao la vô tận, nhất thể với vũ trụ. Có những cảnh tượng của thiên giới, đầy ánh sáng và âm nhạc.

Nhưng, sau một vài ngày, thần thức lại trải qua những cảnh tượng không mấy đẹp đẽ. Các vị ác thần (hay hung nộ thần) xuất hiện gây ra sự sợ hãi. Họ lãnh đạm thờ ơ trước mọi lời cầu khẩn van xin.

Những hình ảnh thiện thần và ác thần, hay hung nộ thần, lần lượt xuất hiện như thế nào?

6. Bảy ngày sau khi chết

a. Ngày thứ nhất

Luận vãng sinh chỉ rõ, bốn ngày sau khi chết thì bắt đầu ngày thứ nhất của thân *trung ấm*. Thần thức đột nhiên tỉnh giấc, lưu trú trong *chân tâm* sáng suốt, hiểu được rằng mình đang ở trong giai đoạn thân *trung ấm* và sắp lưu chuyển trở lại trong cõi *Ta-bà*. Cảm nhận trong giai đoạn này đều là ánh sáng và hình ảnh, chưa thấy vật chất và sắc thể.

Ngũ uẩn của thần thức một khi bắt đầu hoạt động trở lại, *thức uẩn* liền lập tức biến thành *không gian*, là yếu tố chứa đựng *tứ đại*.

Trong trạng thái lúc này, thần thức sẽ cảm nhận một không gian có sắc xanh, và đó là cảnh giới của Phật *Đại Nhật*.[1] Phật *Đại Nhật* được mô tả là đức Phật có hào quang sắc trắng. Ngài có bốn mặt, cùng một lúc nhìn ra bốn hướng. Ngài cầm trên tay bánh xe có tám nhánh, tượng trưng cho không gian và thời gian. Biểu tượng của Phật Đại Nhật là tính chất mênh mông linh hoạt của thức, tượng trưng cho *thức uẩn*.

Cảnh giới này cũng chứa đựng những yếu tố của cõi trời, thuộc về *lục đạo*. Không gian có hào quang xanh biếc, không biên giới, không cùng tận. Trong không gian đó, cõi trời của *lục đạo* tỏa một sắc trắng nhạt như một luồng sáng nhỏ trong đêm. Thần thức

---

[1] Mahāvairocana, Hán dịch âm là Tỳ-lô-giá-na (毘盧遮那), dịch nghĩa là Đại Nhật Như Lai.

thường có khuynh hướng đi về ánh sáng trắng đó, ánh sáng của cõi trời. Cõi trời là một dạng của cõi *Ta-bà* được nhìn thấy lúc này.

Cảnh tượng này cũng có thể xảy ra trong đời sống hằng ngày. Mỗi khi ta có niềm hoan hỷ sâu lắng của thiên giới, lúc đó ta cũng có thể cảm thấy dấu vết của cõi Phật *Đại Nhật*. Thông thường, cảm nhận được cõi Phật *Đại Nhật* là tiếp cận cái vô cùng, cái không biên giới, cái *vô ngã*, và vì thế không phải đơn giản và dễ chịu đối với những người thường.

Đi vào cõi trời chính là rời bỏ cõi Phật *Đại Nhật*, rời bỏ *chân như* tịch tịnh vắng lặng để đi vào *lục đạo*. Dù rằng cõi trời, theo như thông thường mà nói, là cõi an lạc nhất của thế giới *Ta-bà*, nhưng nơi đây vẫn còn chịu mọi trầm luân sinh tử vô thường. Chính do nơi ác nghiệp mà thần thức đột nhiên sợ hãi hào quang rực rỡ chói lòa của cõi Phật *Đại Nhật*, và muốn trốn chạy ra khỏi cõi Phật này.

b. Ngày thứ hai

Trong ngày thứ hai, thần thức sẽ cảm nhận một hào quang sắc trắng, khi yếu tố *nước* hiện ra dưới dạng của pháp thân. Kinh điển nói rõ cõi này nằm về phía đông, là cõi của Phật *Bất Động*.[1] Đức Phật Bất Động ngồi trên voi trắng, tay cầm chày kim cương[2] biểu tượng cho vật thể bất hoại.

---

[1] Akṣobhya, Hán dịch âm là A-súc (阿閦), dịch nghĩa là Bất Động Như Lai.

[2] Vajra

Nếu cảnh giới Phật *Đại Nhật* là do *thức uẩn* biến hiện, thì cảnh giới Phật *Bất Động* là do *sắc uẩn* biến hiện trong thể tánh *chân như*. Cảnh giới này tràn ngập hào quang màu trắng, và biểu hiện của *sắc uẩn* trong cõi *Ta-bà* là *địa ngục*, phát ra một ánh sáng xám đục. Bị ác nghiệp chiêu cảm, thần thức có thể sanh tâm sợ hãi với hào quang sắc trắng chói lòa, và do đó hướng về ánh sáng xám đục của *địa ngục*. Cảnh giới Phật *Bất Động* là cảnh giới của tri kiến vững chắc bất hoại, nên nếu thần thức kiên tâm giữ vững chính kiến thì có khả năng an trú được trong cảnh giới này.

c. Ngày thứ ba

Trong ngày thứ ba, thần thức sẽ cảm thấy một hào quang sắc vàng, biểu hiện yếu tố *đất* trong *thể tánh chân như*. Cõi này nằm ở phía nam, là cảnh giới của Phật *Bảo Sanh*.[1] Phật *Bảo Sanh* tay cầm báu vật, tượng trưng cho sự sung mãn, tăng trưởng. Cảnh giới này do *thọ uẩn* biến hiện.

Yếu tố của thế giới *Ta-bà* trong cảnh giới này là cõi người. Trong hào quang sắc vàng của cảnh giới Phật *Bảo Sanh*, cõi người xuất hiện dưới dạng của một thứ ánh sáng màu xanh nhạt. Thần thức tái sinh làm người thường sợ hãi hào quang sắc vàng của cõi Phật *Bảo Sanh* và thấy ánh sáng xanh nhạt của loài người là êm dịu thích hợp với mình.

[1] Ratnasaṃbhava, Hán dịch là Bảo Sanh Phật (寶 生佛).

d. Ngày thứ tư

Qua ngày thứ tư, yếu tố *lửa* xuất hiện thành một cảnh giới ở phương tây, là cảnh giới của Phật *A-di-đà.*[1] Phật *A-di-đà* tay cầm một đóa sen tượng trưng cho lòng từ bi. Dù trong mọi cảnh bùn lầy nhơ nhớp, hoa sen vẫn mọc lên thơm tho trong sạch.

Cảnh giới Phật *A-di-đà* do *tưởng uẩn* biến hiện, có hào quang sắc đỏ, tượng trưng cho *chánh tri kiến* trong từ bi. Thế giới *Ta-bà* hiện ra trong cảnh giới này bằng cõi *ngạ quỷ*, phát ra một ánh sáng vàng nhạt trong hào quang sắc đỏ mênh mông của đức Phật.

e. Ngày thứ năm

Qua ngày thứ năm, yếu tố *gió* xuất hiện thành một cảnh giới ở phương bắc, cảnh giới của Phật *Bất Không Thành Tựu,*[2] tay cầm chày kim cương, ngồi trên chim thần *Ca-lâu-la.*[3]

Cảnh giới này do *hành uẩn* biến hiện, tràn ngập hào quang màu xanh lục. Thế giới *Ta-bà* xuất hiện trong cõi này bằng cõi *a-tu-la*, phát ra một ánh sáng màu đỏ nhạt. Hãy nhớ rằng giác ngộ là *Niết-bàn*, mê lầm là thế gian. Ở đây *Niết-bàn* là cõi Phật *Bất Không Thành Tựu*, và thế gian là cõi *a-tu-la*.

---

[1] Amita, Hán dịch âm là A-di-đà (阿彌陀), viết tắt của Amitābha (Vô lượng quang - ánh sáng vô lượng) và Amitāyus (Vô lượng thọ - tuổi thọ vô lượng). Vì thế, danh hiệu A-di-đà bao gồm cả hai nghĩa này.

[2] Amoghasiddhi, Hán dịch là Bất Không Thành Tựu (不空成就).

[3] Garuda

f. Ngày thứ sáu

Đến ngày thứ sáu một cảnh tượng mới mẻ xuất hiện: bốn mươi hai vị thiện thần, bốn vị thiên tướng, năm vị Phật và sáu cõi của thế giới *Ta-bà* cùng lúc hiện ra. Thần thức choáng váng sợ hãi, toàn thể vũ trụ như choáng ngợp, đầy hình ảnh.

Các vị thiên tướng lần đầu xuất hiện, bốn vị ở bốn cửa thành, thần thức có cảm giác như bị vây phủ bốn phía. Nghiệp báo làm thần thức thêm sợ hãi, đây là lúc thần thức thấy cõi *lục đạo* có vẻ như an toàn và thu hút mình. Tất cả cảnh tượng này đều do tâm thức biến hiện, tùy thuộc vào những xúc cảm, sự thèm khát của chính tâm thức.

g. Ngày thứ bảy

Tất cả cảnh tượng của những ngày qua xuất phát từ trong thần thức, biến hiện thành thiện thần. Qua ngày thứ bảy những biến hiện bắt đầu có tính *vô ký*, nghĩa là *không thiện không ác*. Đây là cảnh giới của Phật *Minh Trì*,[1] chủ về trí huệ, hay chánh kiến. Trong cảnh giới này, thế giới *Ta-bà* xuất hiện bằng cõi súc sanh, biểu hiện của sự vô minh, thiếu ý thức.

7. Sự xuất hiện của các ác thần

Sau đó năm vị Phật lại hiện ra trước mắt thần thức dưới dạng các ác thần, có ba đầu, sáu tay. Các ác thần này tượng trưng cho một dạng khác của năng lực, nếu không được dùng vào những thiện nghiệp.

---

[1] Vidyādhara, Hán dịch là Minh Trì (明持).

Ngoài ra đối với năng lực vô minh như ái dục, tự ngã... thì năng lực của các vị Phật được xem là *ác thần*.[1] Các ác thần hiện ra là do các khuynh hướng xấu ác của thần thức. Lúc này, thần thức đứng từ góc độ của *ma vương* để nhìn về những năng lực đó.

Vì vậy, dưới mắt của thần thức các ác thần vô cùng dữ tợn. Họ ăn tươi nuốt sống, lột da lóc thịt. Các vị ác thần cũng có thể khác nhau tùy nơi các tính chất khác nhau của *ma vương* - khuynh hướng xấu ác - trong thần thức.

8. Nhắn gửi với người chết

Trong nền văn minh Tây Tạng, cái chết xem ra không phải là quá đau khổ như cách nhìn của thế giới phương Tây, nơi mà ít có ai dám thẳng thắn đề cập đến cái chết. Thật ra, không có gì tàn nhẫn cho bằng khi một người sắp chết lại không có ai sẵn lòng ngồi bên cạnh để chia sẻ những cảm xúc và tiễn đưa người đó.

Trừ phi người sắp chết đang ở trong trạng thái mê man, bằng không thì ta cần nói nói rõ với người đó rằng họ sắp chết. Đây là một điều khó nói, nhưng đối với vợ chồng hay bạn thân, đây chính là cơ hội của niềm tin cậy sâu xa nhất. Đây là lúc thành tín nhất, cơ hội để giúp người chết đạt đến hạnh phúc, an lạc, chúng ta cần quan tâm đầy đủ.

---

[1] Vì sự đối chọi, tương phản với chúng.

Hãy nói rõ với người sắp chết rằng cái chết sắp đến.

"*Cái chết đang đến, nhưng chúng tôi là những người thương mến bạn (cha, mẹ, anh, chị...), chúng tôi tiễn đưa bạn. Chúng tôi và bạn đều biết là bạn sắp chết, chúng ta gặp nhau nơi đây...*"

Đó là biểu hiện quý báu nhất của tình thương, tình bạn và mối liên hệ với nhau, người chết sẽ hết sức cảm khái.

Trong lúc này có thể đọc *Luận vãng sinh* cho người chết nghe, nhưng ta cần thấu hiểu sâu sắc giai đoạn này và thật sự nói chuyện, nhắn gửi với người sắp chết.

"*Bạn sắp giã từ người thân, gia đình và nơi ăn chốn ở để ra đi. Nhưng sẽ có nhiều điều còn tồn tại, đó là mối liên hệ với bạn hữu và đạo pháp. Bởi vậy, hãy cố gắng gìn giữ mối liên hệ đó. Mối liên hệ đó là phi ngã, không tùy thuộc vào sanh mạng. Sau khi chết, bạn sẽ thấy nhiều cảnh tượng hiện ra, như bạn sẽ rời bỏ xác thân này, hay những gì trong quá khứ của bạn quay trở về như trong mộng. Dù bất cứ cảnh tượng gì hiện ra, hãy cứ bình tĩnh nhận lấy, đừng sợ hãi, đừng trốn chạy. Hãy bình tĩnh cảm nhận những gì xảy ra!*"

Lúc ta nói điều này, ý thức thông thường của người chết bắt đầu tan rã, nhưng đồng thời một thần thức bậc cao hơn xuất hiện, ghi nhận những tình cảm, sự kiện xảy ra chung quanh. Lúc này, nếu ta dành cho người chết một tình thương đậm đà, một sự tin cậy sâu sắc, và nói cho họ nghe sự chân thật, chứ không phải chỉ là những lời đẩy đưa qua chuyện, thì đó chính là những gì quý giá và quan trọng nhất.

Lúc này ta có thể giải thích cho người sắp chết một cách đơn giản tiến trình của cái chết, sự tan rã dần dần của *tứ đại* và các cảm giác liên hệ, rồi đến giai đoạn thấy hào quang của *chân tâm*. Quan trọng nhất đối với người chết lúc ra đi là sự bình tĩnh, cần phải có một sức mạnh ghê gớm mới giữ mình luôn được tỉnh táo, vì sự bất an thường xuyên chờ chực sẵn.

Khi các vị thiện thần và ác thần xuất hiện, không ai có thể giúp thần thức được nhiều nữa. *Luận vãng sinh* này chỉ rõ, ta có thể nhắn gửi thần thức bằng cách tưởng nhớ tới họ, mô tả cho họ thấy những cảnh tượng xảy ra. Khi ta làm như thế, chủ yếu là ta tự nói với mình, tăng thêm cho ta niềm tin và sức mạnh. Người chết sẽ hưởng được một phần niềm tin và sức mạnh quí báu đó. Với tâm tư đó, hãy đến với người chết, chia sẻ cho họ sự bình tĩnh cần thiết trong giai đoạn mang *thân trung ấm*.

LUẬN VĂN TÂM LÝ HỌC VỀ LUẬN VÃNG SINH

Carl Gustav Jung[1]

A. Dẫn nhập

Trước khi trình bày bài luận văn này, tôi muốn viết đôi lời khái quát về *Luận vãng sinh. Luận vãng sinh - Bardo Thödol* - là một tập sách nhằm khai thị cho người vừa từ giã cõi đời. Luận này nhằm hướng dẫn người chết qua giai đoạn mang thân trung ấm, một giai đoạn kéo dài khoảng 49 ngày, giai đoạn giữa cái chết và sự tái sinh, tương tự như cuốn "*Sách dành cho người chết*" của Ai Cập.

Luận này chia làm ba phần. Phần đầu, được gọi là *Tschikhai-bardo*, mô tả những biến hiện tâm linh trong thời điểm chết. Phần hai, được gọi là *Tschönyi-bardo*, giai đoạn như trong cơn mộng, xảy ra sau khi

[1] Carl Gustav Jung sanh ngày 26 tháng 7 năm 1875 và mất ngày 6 tháng 6 năm 1961. Ông là một nhà tâm lý học nổi tiếng người Thụy Điển, người đã sáng lập một trong các trường phái mới của bộ môn tâm lý học. Ông vận dụng và phát triển các kết quả nghiên cứu của Sigmund Freud, rồi sau đó đi theo một hướng riêng của mình. Ông tốt nghiệp y khoa năm 1902 tại các đại học Basel và Zürich, nhưng đồng thời cũng có kiến thức uyên bác về các ngành sinh học, động vật học, nhân văn học và khảo cổ học. Ông đặc biệt quan tâm đến mối quan hệ giữa tâm lý học và đức tin trong tôn giáo.

chết hẳn, được cho là ảo giác do nghiệp lực mang lại. Phần ba, *Sipa-bardo*, nói về sự khao khát tái sinh và những biến cố xảy ra trước khi tái sinh.

Điều đặc trưng quan trọng nhất là, sự hiểu hiết và chứng ngộ cao quí nhất và cũng nhờ đó mà đạt được khả năng giải thoát, lại xảy ra trực tiếp trong tiến trình của cái chết. Không bao lâu sau đó, các *ảo giác* hiện ra, dẫn dắt vào sự tái sinh, đồng thời các ánh sáng giác ngộ lu mờ dần, phân hóa dần, và các hình ảnh đáng sợ xuất hiện ngày càng rõ nét. Sự sa đọa này nói lên ý thức đang rời xa chân như mầu nhiệm và trở lại với đời sống vật chất.

Những lời khai thị trong luận này có mục đích nhắc nhở người chết trong mỗi giai đoạn vô minh về khả năng giác ngộ của từng giai đoạn đó, và giảng giải về thực chất của những cảnh trạng được nhìn thấy. *Luận vãng sinh* này được các vị *Lạt-ma* đọc bên cạnh người chết.

Tôi hết sức biết ơn hai người đầu tiên đã dịch luận này sang tiếng Anh, đó là ngài *Lạt-ma Kazi Dawa Samdup* và tiến sĩ *Evans Wentz*.[1] Tôi cho rằng, không có gì đền ơn xứng đáng hơn là cố gắng viết một bài luận văn tâm lý học cho bản dịch Đức ngữ,[2] để đưa những thế giới quan và cách đặt vấn đề kỳ diệu của tác phẩm này đến với độc giả phương Tây. Tôi chắc chắn rằng, những ai đọc sách này với

[1] Thật ra, tiến sĩ W. Y. Evans Wentz tham gia viết phần dẫn nhập và lo việc xuất bản tại London, Anh Quốc.

[2] A Kõztek Leùt Kõnivei

một nhãn quan rộng mở, không thành kiến, chịu để cho sách tác động, sẽ đạt được nhiều lợi ích.

B. Luận văn

Bản dịch Anh ngữ của tập sách *Bardo Thődol* do *W. Y. Evans Wentz* xuất bản năm 1927, đặt nhan đề là *The Tibetan Book of the Death* (*Luận vãng sinh Tây Tạng*). Đó là một tập luận không chỉ được các nhà nghiên cứu Phật giáo Đại thừa quan tâm, mà nhờ vào tính chất nhân ái đậm đà cũng như những quan điểm sâu sắc về tâm linh con người trong đó, nó còn được quan tâm bởi tất cả những ai đi tìm ý nghĩa của đời sống.

Từ ngày được xuất bản, tập luận này đã trở thành một người bạn đồng hành thân thiết của tôi. Tôi phải cám ơn tập sách này, không những về những đề xuất, về những hiểu biết, mà cả về những chứng ngộ quan trọng. Không giống như "*Sách dành cho người chết*" của Ai Cập mà người ta có thể bàn luận rất nhiều hoặc cũng có thể rất ít, *Luận vãng sinh - Bardo Thődol* này chứa đựng một quan điểm mà con người có thể liễu ngộ được. Quan điểm đó nói với con người và không nói với thánh thần hay với loài vật ngu độn. Quan điểm đó là tinh hoa của lý luận tâm lý Phật giáo, và vì thế ta có thể nói, có trình độ hơn hẳn "*Sách dành cho người chết*" của Ai Cập.

Không phải chỉ các vị *ác thần*, mà các vị *thiện thần* cũng chính là biến hiện của tâm tư con người.

Đó là một tư tưởng mà thật ra những người châu Âu có hiểu biết đều sẽ thấy là tất nhiên, vì họ chỉ cần nhớ lại những suy nghĩ giản đơn của chính mình. Nhưng chính những người châu Âu đó lại không thể xem các vị thần, những biến hiện *giả hiệu* đó, đồng thời lại cũng là *rất thực*. Còn *Bardo Thödol* lại chấp nhận điều mâu thuẫn đó, vượt xa những người châu Âu dù dày dạn hay non nớt, nhất là trong những quan điểm siêu hình.

Trong *Luận vãng sinh* này, điều tiên quyết bàng bạc khắp nơi là không hề có quan điểm *nhị nguyên*, cũng như tư tưởng cho rằng có sự khác nhau về chất giữa các tầng lớp ý thức, và từ đó có sự khác nhau về các thực thể siêu hình. Quan điểm tuyệt vời "*vừa thế này, vừa thế kia*" là nền tảng của cuốn sách lạ lùng này.

Đối với những triết gia châu Âu, có lẽ điều này không được thoải mái lắm, vì họ thích sự rõ ràng và dứt khoát. Cho nên có người dám nói rằng "*Thượng đế không có thật*" và người khác thì quả quyết rằng "*Thượng đế có thật*". Những người này sẽ nghĩ gì với quan điểm sau đây trong *Luận vãng sinh*: "Hãy nhận ra *tánh không* các thức của ngươi chính là *Phật tánh*. Hãy xem *Phật tánh* là ý thức của chính ngươi. Hãy tinh tấn an trụ trong ý thức đó của chư Phật." Tôi e rằng quan điểm này sẽ không làm cho các nhà triết học cũng như thần học châu Âu thấy hài lòng.

Luận vãng sinh *Bardo Thödol* hết sức đậm màu tâm lý học, nhưng có kẻ vẫn xem luận này như các văn bản khác thời Trung cổ, thời kỳ *tiền tâm lý học*, trong đó chỉ có những khẳng định được nêu lên, lý giải, bảo vệ, phê phán và biện luận, rồi các cơ quan chức năng sẽ gạt bỏ qua một bên.

Các quan điểm siêu hình chính là khẳng định của tâm linh, vì vậy có tính tâm lý. Đối với tư tưởng châu Âu thì sự thực hiển nhiên này, hoặc quá hiển nhiên, nên họ bỏ qua; hoặc họ phủ định một cách hồ đồ. Đối với tư tưởng châu Âu, khi nói đến chữ *tâm lý*, người ta hầu như muốn nói *chỉ tâm lý thôi*. Khái niệm *tâm thức* được xem như một cái gì rất nhỏ nhoi, yếu kém, riêng tư, chủ quan, và tương tự như thế. Người ta thích dùng chữ *tinh thần* hơn, làm như là có một tinh thần *chung nhất*, thậm chí một tinh thần *tuyệt đối*. Có lẽ đây là một sự đền bù cho quan điểm nhỏ nhoi đáng thương khi nói về *tâm thức*. Có lẽ cũng vì lý do đó mà *Anatole France*, trong tác phẩm *Ile des Pingouins* đã cho *Catherine d'Alexandrie* khuyên Chúa như sau: "*Ngài hãy cho họ một linh hồn, nhưng một ít thôi.*" Một câu nói có giá trị cho nền văn minh châu Âu.

Xuất phát từ niềm sáng tạo tiên thiên, chính tâm thức đã nói lên những khẳng định siêu hình; tâm thức đặt định những giá trị siêu hình. Tâm thức không phải là điều kiện cho các thực tế siêu hình, tâm thức *chính là* các thực tế siêu hình.

Với việc xác minh những sự thật tâm lý lớn lao đó, luận vãng sinh *Bardo Thödol* khởi đầu không phải bằng những lời tiễn biệt xuống mồ, mà là những lời khai thị cho người chết, bằng sự hướng dẫn cho những diễn biến nhanh chóng của giai đoạn mang thân trung ấm, tức là khoảng 49 ngày từ lúc chết đến lúc tái sinh.

Trước hết, đừng bận tâm đến quan điểm rất thông thường của phương Đông là tâm thức sẽ tiếp tục sống sau khi chết. Với tư cách là độc giả của Luận vãng sinh, chúng ta rất dễ dàng tự đặt mình vào vị trí người chết, và lắng nghe lời khai thị từ đoạn đầu tiên. Lời khai thị nói với chúng ta, không phải khinh miệt mà là rất lễ độ:

"Này thiện nam (hoặc tín nữ, nói rõ tên...), giờ đây pháp thân đang chiếu sáng rực rỡ trước mắt ngươi, hãy nhận biết rõ. Giờ đây thức của ngươi đang trở về bản tánh chân như, rỗng không vắng lặng, vô ngã, vô tướng, không màu sắc, không âm thanh. Nhưng tâm thức này không phải là sự rỗng không của cái không, nó tự tại, diệu dụng, biến hóa không cùng. Hai mặt này của chân như chính là từ bi và trí huệ, thể của nó là không. Nó chính là pháp thân bất hoại. Sắc và không *không rời nhau, trong dạng hào quang rực rỡ, vô sanh vô tử. Đó cũng là Phật tính."*

Tri kiến này chính là *pháp thân thường trụ* của sự giác ngộ hoàn toàn. Diễn tả trong ngôn ngữ chúng ta,[1] đó là nguồn gốc tạo nên mọi khẳng định siêu hình, nguồn gốc đó đang hiện rõ dưới dạng trông thấy được của tâm thức. *Tánh không* là dạng *có trước* mọi hiện tượng, *có trước* mọi *cái dụng*. Toàn

[1] Tức là người phương Tây.

bộ những hiện tượng khác nhau đều nằm trong tâm thức.

Luận vãng sinh nói tiếp:

"Tâm thức chân thật của chính ngươi là rực rỡ, rỗng không và không khác với Pháp thân bất hoại, vô sanh vô tử và chính là Vô lượng quang, Phật A-di-đà."

Tâm thức thật sự không phải nhỏ bé, nó chính là pháp tánh rực rỡ. Người châu Âu sẽ nghe lời khẳng định này một cách rất phân vân, nếu không muốn nói là vô nghĩa; hoặc là họ sẽ chấp nhận nó một cách mù quáng và trở nên điên rồ. Chúng ta khó có thể phán đoán điều này. Nếu chúng ta biết kiềm chế để tránh khỏi sai lầm là *bất cứ lúc nào cũng muốn làm một điều gì đó*, có thể chúng ta sẽ rút ra được một bài học quan trọng, hay ít nhất thấy được tầm mức vĩ đại của luận vãng sinh *Bardo Thődol*, là tập luận giúp cho người chết thấy được sự thật cuối cùng và cao cả nhất. Đó là: *Thượng đế là biến hiện và ánh sáng của chính tâm thức mỗi người.*

Người phương Đông không bị cướp mất mặt trời, như người theo đạo Thiên chúa, là người mà Chúa của họ bị cướp đi. Đối với người phương Đông, tâm thức của họ chính là ánh sáng của Thượng đế và Thượng đế chính là tâm thức. Nghịch lý này người phương phương Đông chịu đựng xem ra dễ dàng hơn, hơn là *Agelus Silesius*[1] đáng thương. (Vị này

[1] Angelus Silesius (1624-1677), thi sĩ và là nhà thần học theo Thiên chúa giáo, tác giả của tác phẩm nổi tiếng Der Cherubinischer

ngày nay cũng không còn hợp thời trong ngành tâm lý học nữa.)

Cần nói rõ với người chết về tâm thức của họ, vì cuộc đời thật ra đã nói rõ với người đó tất cả những thứ khác. Trong cuộc sống, chúng ta va chạm với rất nhiều chuyện đã an bày: phiền toái, bực mình... Và vì quá nhiều chuyện, nên không mấy ai để tâm suy nghĩ xem ai là người đã gây ra những chuyện này. Người chết được giải phóng ra khỏi những phiền toái của cuộc đời, và luận vãng sinh dạy ta cần hỗ trợ cho sự giải phóng đó. Đặt mình vào tâm thức người chết chúng ta sẽ học được bài học quí giá ngay trong câu khai thị đầu tiên, là *nguyên nhân gây ra mọi phiền toái trong cuộc đời nằm ngay ở chính ta*. Đó là một sự thật chưa hề được biết tới, mà qua bao nhiêu chứng nghiệm lẽ ra chúng ta bắt buộc phải hiểu. Tuy thế, tri thức này chỉ phù hợp cho những người biết lắng lòng, không còn quan tâm tìm hiểu cuộc sống hiện tại; không phù hợp cho loại người có khuynh hướng siêu hình, tin tưởng đến một đất thánh, tự nhận mình là *Tri thức của đời sống* (*Manda d'Hayye*), như những người *Mandäer*.[1] Có lẽ cũng không quá sai khi cho rằng cả thế giới này cũng là một *chuyện đã an bày*.

Wandersmann. Ông sinh ở Breslau, vùng Silesia, Trung Âu, ngày nay phần lớn thuộc về miền tây nam của Ba Lan.

[1] Hay còn gọi là Mandaeans - do tiếng A-rập "Manda" có nghĩa là tri thức, một nhánh tôn giáo phổ biến ở vùng phía nam Bagdad, Iraq, và một số vùng phụ cận thuộc Iran. Những người theo tôn giáo này tin rằng tri thức đóng vai trò quan trọng trong việc giải thoát cho linh hồn con người.

Cần phải có một sự chuyển biến *hướng nội* rất mạnh mẽ, nhiều tâm lực, mới có thể thấy được rằng thế giới là *do chính tâm thức bày ra*. Nếu thấy được rằng chính ta là *người bày chuyện*, tâm tư ta sẽ được cảnh tỉnh một cách trực tiếp hơn, sâu sắc hơn, mạnh mẽ hơn và thuyết phục hơn khi quan sát hành động của chính mình. Nhưng đúng là bản năng thú vật trong con người không chịu chấp nhận rằng chính mình đã *bày biện ra cuộc sống*. Vì vậy, những tri thức nói trên thường gây ra những xáo trộn thầm kín, thường kéo theo sự chết, tượng trưng cho cái chết của sự biến chuyển nội tâm đó.

Quả thật, lời khai thị trong luận vãng sinh *Bardo Thödol* nhằm khơi mở một tri kiến hoặc nhắc nhở cho người chết những gì đã học nơi bậc đạo sư của mình trước đây. Bởi vì lời khai thị không gì khác hơn là *chỉ đường* cho người chết khi đi vào cõi mang *thân trung ấm*, cũng như *chỉ đường* cho người sống trong việc chuẩn bị để đi về *thế giới bên kia*, giống như một số nền văn hóa thần bí khác, chẳng hạn như văn hóa Ai Cập hay *Eleusin*.[1]

Trước hết, khai thị cho người sống về *thế giới bên kia* không hề là *cõi chết* theo ý niệm thông thường, mà là một sự chuyển biến *hướng nội*, là một *thế giới bên kia* về mặt tâm lý. Nói theo cách hiểu của Thiên chúa giáo là *thoát khỏi mọi ràng buộc của thế gian và tội lỗi*. Sự giải thoát này là thoát ly khỏi trạng thái tối tăm và vô minh xưa cũ, để tiến tới một trạng

[1] Văn hóa thần bí Hy Lạp cổ đại.

thái giác ngộ, xả bỏ, tự tại đối với một *thế giới đã an bày*.

Như vậy, theo như cảm nhận của tiến sĩ *Evans Wentz*, luận vãng sinh *Bardo Thődol* là *một phương cách khai mở nhằm mục đích tìm lại tính chất thiêng liêng của tâm thức đã mất sau cuộc tái sinh*.

Người phương Đông thường bắt đầu lời khai thị với đoạn quan trọng nhất, tức là với nguyên lý cuối cùng và cao tột nhất, mà người châu Âu hay có khuynh hướng để vào phần cuối, như với *Apuleius*,[1] trong đó *Lucius* cuối cùng được tôn xưng làm anh hùng. Vì vậy, luận vãng sinh *Bardo Thődol* bắt đầu bằng sự *thể nhập chân như* và chấm dứt bằng sự tái sinh trong thai người mẹ. Ở phương Tây chỉ còn lại một phép *mở đường* độc nhất, được bác sĩ áp dụng, đó là nghành *Phân tâm học*. Đây thật ra là một phương pháp chữa bệnh dựa trên nguyên lý từ *Socrates*,[2] đi tìm những căn nguyên sâu kín của ý thức, khơi dậy những tâm tư còn mờ nhạt, chỉ đang trong giai đoạn hình thành. Ai cũng biết rằng ngành *Phân tâm học*

---

[1] Ở đây chỉ đến tác phẩm thần thoại Metamorphoses của Lucius Apuleius - nhà văn và triết gia La Mã, sanh ở Madaurus, sống vào khoảng từ năm 125 đến năm 200, trong đó nhân vật chính cũng mang tên Lucius.

[2] Socrates (469-399 trước Công nguyên), triết gia Hy Lạp, sanh ở Athens, con trai của một điêu khắc gia là Sophroniscus. Ông là người có nhiều ảnh hưởng đến Plato (triết gia Hy Lạp, khoảng 428-347 trước Công nguyên), và qua đó ảnh hưởng đến triết học phương Tây.

xuất phát từ *Freud*[1] và quan tâm chủ yếu đến động cơ tình dục. Lĩnh vực này có vẻ như khớp với giai đoạn cuối cùng của *Sipa-Bardo*, trong đó thần thức không nhận hiểu được những lời khai thị qua các giai đoạn *Tschikhai-bardo* và *Tschőnyi-bardo*, bắt đầu sa vào những ước mơ tình dục và bị lửa dục của nam nữ đang giao hợp lôi kéo, trở thành bào thai và tái sinh trong thế giới này. Trong quá trình đó, mặc cảm *Odipus* xuất hiện. Nếu nghiệp lực quyết định tái sinh làm nam giới, bào thai yêu mến người mẹ tương lai của mình và từ chối người cha, ngược lại người con gái tương lai sẽ yêu cha, ghét mẹ.

Người châu Âu lại xét quá trình phân tâm trong lĩnh vực đặc biệt của *Freud* với một chiều ngược lại. Người ta đi ngược lại thời gian, tìm hiểu những ẩn khuất tình dục của tuổi thơ ấu. Thậm chí người ta quan niệm rằng chính sự sinh nở là cơn ác mộng của tất cả. Có người muốn đi xa hơn, muốn làm nhớ lại giai đoạn trước khi sinh. Nhưng tới đó, phương pháp duy lý châu Âu đã cho rằng *không thể đi xa hơn được nữa*. Đáng tiếc thay! Giá như phương pháp phân tâm của *Freud* đi thêm một bước nữa. Nếu được như thế, thì phương pháp này đã qua được phần sau của luận vãng sinh, qua được *Sipa-bardo* và tới chương sau của *Tschőnyi-bardo*. Tuy nhiên, với tư tưởng sinh học vốn có của người châu Âu, thử nghiệm đó chắc chắn là không thành công, vì cần phải có một sự chuẩn bị hoàn toàn khác về khoa học tự nhiên.

---

[1] Sigmund Freud (1856-1939), nhà tâm lý học người Áo, cha đẻ của thuyết Phân tâm học.

Nếu đi ngược lại thời gian một cách thực sự, người ta phải chấp nhận giả thiết có một đời sống trước khi sinh, một *thân trung ấm*, nếu có ai khám phá được một vài dấu vết của đời sống đó. Chúng ta không có gì chắc chắn hơn ngoài một sự dự đoán về một biến cố nào đó lúc thai nhi hình thành, và nửa tin nửa ngờ liệu giai đoạn sinh nở có phải chăng là một cơn ác mộng, và giả thiết rằng toàn bộ đời sống chẳng qua chỉ là một cơn bệnh, vì cuối cùng luôn luôn chấm dứt bằng sự chết!

Vì thế, nền phân tâm học *Freud* chủ yếu là dừng lại ở những biến cố trong *Sida-bardo*, tức là những mơ ước tình dục và những khao khát *không phù hợp*, gây ra sợ hãi và những tâm trạng dồn ép khác. Tuy nhiên lý thuyết *Freud* là thử nghiệm đầu tiên của châu Âu, coi như là từ *phía dưới*, tức là từ những khao khát thú tính, nhằm tìm hiểu lĩnh vực của tâm thức mà Mật tông gọi là giai đoạn *Sipa-bardo*. Một sự lo ngại có cơ sở đã ngăn cản *Freud* đi vào lĩnh vực siêu nhiên. Căn cứ trên nền tâm lý của *Sipa-bardo* thì trong giai đoạn này thần thức bị tác động mãnh liệt của cơn gió nghiệp lực, đưa đẩy đến nơi tái sinh. Tức là giai đoạn *Sipa-bardo* không cho phép thối lui được nữa, khác với giai đoạn *Tschönyi-bardo*, bị thú tính kéo xuống, bị khao khát tái sinh kiềm hãm.

Nói một cách khác, nếu dùng quan điểm sinh học mà đi vào khảo sát tâm thức, thì ta sẽ kẹt trong cơ cấu ái dục và không thể đi lên, vì luôn luôn rơi trở lại trong đời sống sắc thể. Vì vậy, với quan điểm của

Freud, không thể đánh giá tâm thức một cách tốt đẹp được. Đó là cách nói "*không gì khác hơn, ngoài...* " Cách đánh giá này về tâm thức, có người diễn tả rõ rệt hơn, thẳng thắn và bất chấp hơn, thô bạo hơn... Nhưng thật ra họ cũng không có suy nghĩ gì khác hơn. Và cái gọi là *tinh thần* thì người ta lại mong ước một cách nghiêm túc, trân trọng. Nhưng ngay cả sức mạnh của *tinh thần* này, người ta cũng phải nghi ngờ, như chính *Max Scheler*[1] đã đành phải làm. Có thể khẳng định rằng, tinh thần duy lý của phương Tây trong ngành *Phân tâm học* đã đạt được tới giai đoạn *Sipa-bardo*, và đi tới quan điểm rằng tâm lý là một vấn đề *có tính chủ quan và riêng tư*. Chỉ thế thôi, rồi dừng yên tại đó. Dù vậy chúng ta đã đạt được nhiều thành quả với mức phát triển này, vì ít ra ta cũng đi được một bước dài *phía sau sự hiện hữu của ý thức*. Đồng thời, những hiểu biết này gợi cho ta một ý tưởng về việc *nên đọc Luận vãng sinh như thế nào*. Đó chính là phải đọc *từ phía sau tới*. Vì rằng, nếu khoa học phương Tây cho phép ta hiểu đôi chút tính chất tâm lý của giai đoạn *Sipa-bardo*, thì đây là lúc chúng ta có thể hiểu được giai đoạn ngay trước đó, giai đoạn *Tschőnyi-bardo*.

Giai đoạn *Tschőnyi-bardo* là giai đoạn của nghiệp lực tác động. Nghiệp lực là do tâm thức của đời sống trước đó in dấu lại. Quan điểm phương Đông về *nghiệp lực*[2] là một khoa học về sự tiếp nối về mặt

---

[1] Max Scheler (1874-1928), triết gia người Đức nghiên cứu nhiều về các vấn đề xã hội học và tôn giáo.

[2] Karma

tâm lý, dựa trên quan điểm tái sinh, tức là cho rằng tâm thức *tiếp tục trường tồn qua thời gian*. Tri thức lẫn lý luận của phương Tây không theo kịp quan điểm phương Đông này. Ở đây, chúng ta có quá nhiều những chữ "*nếu*" và "*nhưng*". Nhất là chúng ta hiểu biết quá ít ỏi về việc liệu tâm thức cá nhân của mỗi người có còn *tồn tại sau khi chết* hay không. Cũng như chúng ta biết rõ rằng không thể *chứng minh* được việc có Chúa hay không.

Vì thế chúng ta có thể tạm chấp nhận một cách thận trọng quan điểm *nghiệp lực*, với định nghĩa như là một sự *kế tục về tâm lý* hay *di truyền tâm lý*. Có những di truyền tâm lý, cũng giống như di truyền về đặc tính, về bệnh tật, về tâm tính, về tài năng...

Đó là những đặc trưng quan trọng của đời sống, có tác dụng về mặt tâm lý, cũng tương tự như di truyền về thể chất thì có tác dụng về mặt thân thể. Trong các loại kế tục tâm lý, có một loại đặc biệt không phụ thuộc vào gia đình hay nòi giống. Đó là những sắp xếp rộng lớn thuộc loại tinh thần, trong đó có một số nguyên lý (quan niệm của *Plato*), rồi dựa trên những nguyên lý đó mà tinh thần bày biện ra những nội dung của chính mình.

Ta có thể gọi những nguyên lý đó là *chủng loại*, tương tự như những *chủng loại lý luận* luôn luôn hiện hữu mọi nơi, làm đầu mối cho mọi suy luận. Chỉ có điều là các nguyên lý đó không phải chỉ là để suy luận thôi, mà chúng còn là động cơ của hình dung và tưởng tượng.

Vì cơ cấu của sự tưởng tượng vốn nhiều hình ảnh, các nguyên lý đó đóng vai trò tiên thiên của các hình ảnh đặc trưng mà tôi dựa theo cách nói của người xưa để gọi lại là *dạng thể uyên nguyên.*[1] Có so sánh các tôn giáo và các huyền thoại xưa cũ, mới thấy đây thật là một kho đầy của quí. Cũng như trong ngành phân tâm học, sự tồn tại song hành của những quan niệm, những nguyên lý phải dẫn đến giả thiết cho rằng tâm thức con người dường như *rất giống nhau qua nhiều thời đại và nơi chốn.* Rõ rệt là những *dạng thể uyên nguyên* bất cứ lúc nào và ở đâu cũng đều có thể sản sanh ra lại, mặc dù không có ai lưu truyền. Cơ cấu tâm lý cơ bản của con người giống nhau một cách lạ lùng, cũng như nhân dạng bên ngoài.

Dạng thể uyên nguyên có thể được xem là cơ sở của nền tâm lý tiền duy lý. Các yếu tố đó được kế thừa, các dạng thể đó giữ nguyên vẹn hình thái, mặc dù mới đầu chưa có nội dung gì rõ rệt. Nội dung đó từ từ được định hình trong mỗi người, mà kinh nghiệm cá nhân sẽ được chứa đựng trong các *dạng thể uyên nguyên* đó. Nếu như *dạng thể uyên nguyên* nói trên là không giống nhau và không sẵn có trong mỗi người, thì làm sao giải thích được luận vãng sinh *Bardo Thödol* luôn luôn giả định rằng người chết

[1] Archetype, tạm dịch là "dạng thể uyên nguyên". Tác giả của luận văn này, C. G. Jung, là người đưa khái niệm Archetype vào tâm lý học. Ông cho rằng có những hình ảnh đặc trưng nằm sẵn trong tâm lý tập thể của cả loài người, xuất phát từ những thời đại xa xưa và thỉnh thoảng hiện lại trong giấc mơ hoặc được tìm thấy trong các huyền thoại.

không biết mình đã chết, và điều đó cũng thường được quả quyết trong các thứ văn chương, từ tầm thường nhất đến cao xa nhất ở châu Âu, châu Mỹ?

Mặc dù *Swedenborg*[1] đã nói đến điều này, nhưng tác phẩm của ông ta không được lưu hành rộng rãi, nên những kẻ tin nhảm nhí vào chuyện đồng bóng ít gặp phải khó khăn. Một mối liên hệ cụ thể giữa *Swedenborg* và *Bardo Thődol* thì không thể có, nhưng quan niệm cho rằng người chết cứ tiếp tục sống cuộc sống của họ, không biết rằng mình đã chết là một quan niệm đã có từ xa xưa, hầu như ở khắp nơi trên thế giới. Đó chính là một *dạng thể uyên nguyên* như đã nói ở trên, mà ai cũng giật mình nhớ lại một khi thấy ma quỷ hiện hình. Điều đáng lưu ý là, hiện tượng ma quỷ xảy ra ở khắp nơi trên thế giới có nhiều điểm giống nhau. Tất nhiên tôi đã biết qua nhiều giả thuyết giải thích hiện tượng này, nhưng tôi không chấp nhận chúng. Tôi chỉ chấp nhận giả thuyết là có một sự kế tục tâm lý của tâm thức, trên cơ sở đó các biến cố xảy ra hầu như định đoạt sẵn.

Tương tự như các bộ phận của cơ thể không phải bất định và tiêu cực, mà là những cơ quan năng động, cung cấp cho cơ thể vai trò không thể thiếu của mình, thì các *dạng thể uyên nguyên* cũng là một loại *bộ phận tâm lý* năng động, điều khiển tâm thức

[1] Emanuel Swedenborg (29-1-1688 - 29-3-1772), khoa học gia, triết gia và nhà thần học Thụy Điển, sanh ra ở Emanuel Swedberg, Stockholm và chết ở London, Anh quốc. Ông chủ trương con người có thể đạt đến sự hòa nhập với Thượng đế bằng vào việc phát triển tình thương và trí tuệ.

một cách hết sức tích cực. Vì vậy tôi gọi các *dạng thể uyên nguyên* này là *vua của tiềm thức.*[1] Tôi gọi tầng lớp sâu kín của tâm thức, thứ tầng lớp xuất phát từ các dạng thể chung nhất, là *tiềm thức tập thể.*[2]

Theo tôi biết, không có sự kế tục về ký ức, nhưng rõ rệt có sự kế tục về các *dạng thể*. Các *dạng thể* này mới đầu không có nội dung, không có những kinh nghiệm chủ quan. Chúng chỉ trở thành ý thức, khi kinh nghiệm cá nhân làm chúng hiện hình. Như chúng ta đã thấy, tâm lý *Sipa* chính là sự thèm khát được sống và được tái sinh.[3] Vì vậy, giai đoạn này không chấp nhận một cảnh giới *siêu chủ quan*,[4] trừ phi tâm thức đó chối từ không muốn thác sanh vào thế giới có ý thức.

Theo Luận vãng sinh, trong mỗi giai đoạn *Bardo*, thần thức đều có khả năng thể nhập *pháp thân*, với điều kiện là thần thức người chết không chạy theo ái dục của mình, thể hiện bằng những ánh sáng mờ đục. Nói trong ngôn ngữ của chúng ta, điều đó không gì khác hơn là hãy chống lại những thiên kiến duy lý và hãy từ bỏ cái *ngã chấp* vốn là nền tảng của lý luận. Đây là một sự đầu hàng có di hại nặng nề trước sức mạnh khách quan của tâm thức, đây là một cách chết. Điều đó mang ý nghĩa chấm dứt sự điều khiển

---

[1] Khái niệm "dạng thể uyên nguyên" này có phần nào đó tương đồng với "Tâm vương" trong Duy thức học.

[2] Nghĩa là chúng hiện hữu một cách phổ biến trong tiềm thức của tất cả mọi con người.

[3] Sipa: giai đoạn tìm kiếm sự tái sinh.

[4] Chỗ này gợi sự liên tưởng đến cảnh giới "phi tưởng phi phi tưởng".

đời sống bằng ý thức duy lý, với tinh thần trách nhiệm cao, và tự đặt mình dưới điều mà luận *Bardo Thődol* gọi là "*ảo giác của nghiệp lực*". Ảo giác nghiệp lực nói lên một tư tưởng hay một thế giới quan hết sức *phi duy lý*, hoàn toàn không phù hợp với lý trí thông thường, mà xuất phát từ một sự tưởng tượng quá mức. Đó chẳng qua là một giấc mộng, một sự mơ tưởng. Một con người bình thường không ai có thể chấp nhận được, tư tưởng đó không khác gì tư tưởng của một người điên. Thông thường, ta chỉ cần nhận xét một câu "*tâm hồn kém cỏi*" về tư tưởng đó là đủ.

Sự sợ hãi và tối tăm của giai đoạn này nằm trong phần đầu của *Sipa-bardo*. Nhưng nội dung của *Bardo* này lại chứa đựng những dạng thể uyên nguyên, những hình ảnh nghiệp lực, xuất hiện dưới dạng đáng sợ. Còn giai đoạn *Tschőnyi* mang tính chất tâm lý nhiều hơn.

Chúng ta đã đọc và nghe nhiều về sự nguy hiểm của *Yoga*, nhất là về cái đáng sợ của phép *luyện hỏa hầu*.[1] Có nhiều người, vì khó khăn gì đó, phải dùng mọi cách biến thể, sống trong một trạng thái tâm lý khác, đây là một nguy hiểm đáng sợ, phải tránh không nên tham dự vào. Dù vậy cũng có lúc cần làm: đó là một sự can thiệp vào số phận, chạm đến phần sâu thẳm nhất của con người, mở lối đi vào nguồn gốc của khổ đau, mà tâm tư bình thường không ai dám nghĩ tới. Chính đây là giai đoạn địa ngục trong *Sipa-bardo*, Luận vãng sinh viết:

[1] Kundalini-Yoga

"Rồi thần chết sẽ cột cổ ngươi, xé xác ngươi, ăn thịt ngươi... Nhưng ngươi không thể chết, dù thân xác ngươi bị xé ra làm trăm ngàn mảnh..."

Sự tra tấn này nói về tính chất nguy hiểm rất rõ rệt: đó là nói về sự tan rã của "*thân*" trong giai đoạn *trung ấm*, trong đó tâm thức bỗng biến thành một thân mong manh nhẹ bổng, không thể nhìn thấy được. Trong tâm lý thì sự "*xé xác*" này chính là sự rời rã tâm lý, tâm hồn bị chia chẻ. Chứng bịnh tâm lý thông thường này cũng hay bị gọi là "*suy sụp tinh thần*", thường là sự mất bản năng kiềm chế vốn xuất phát từ ý thức, cộng thêm với trò chơi điên rồ của các *ông vua trong tiềm thức.*

Giai đoạn chuyển tiếp giữa *Sipa* và *Tschőnyi* như thế là một khúc quanh nguy hiểm của những khuynh hướng và sở cầu của ý thức, một sự chối từ sự vững chắc của một *cái tôi* kiên cố, mà chấp nhận sự bất trắc của những hình ảnh hỗn loạn đem lại. *Freud* mô tả *cái tôi* chính là "*sào huyệt của cái sợ*". Ông đã nói rất đúng và rất sâu sắc, một cách trực giác. Sự sợ hãi mất mát chính mình rình rập sau mỗi *cái tôi*, và chính *cái sợ* này biểu hiện thành đòi hỏi được có nhiều quyền năng, được sử dụng quyền năng đó. Không có sự hình thành cá nhân nào thoát khỏi được khúc quanh nguy hiểm này, vì trong toàn bộ tâm thức con người cũng có cái đáng sợ, thế giới tầng dưới hoặc tầng trên của các *vị vua tâm thức*,[1] mà từ thế giới đó *cái tôi* đã sanh ra, vùng dậy tìm kiếm chút tự do giả tạo.

---

[1] Tâm vương.

Tất nhiên sự giải phóng này là một thắng lợi cần thiết, nhưng không phải là một thắng lợi triệt để, vì *cái tôi* mới chỉ thiết lập được cái *chủ thể*, mà *chủ thể* lại cần có *khách thể* mới ra nghĩa *chủ thể*. Thế giới trước hết hiện ra khi *chủ thể* tự phóng chiếu ra ngoài. *Chủ thể* tự tìm và tự thấy khó khăn của mình, kẻ thù của mình, người thân thương và những gì quí báu, và hay nhất là biết rằng, tất cả những gì tốt xấu, có tính chất *tinh thần* không phải là *khách quan* nữa. Ta có thể vượt lên, hủy diệt hay hoan hỷ với chúng.

Nhưng tình trạng tuyệt vời này của chủ thể không kéo dài được lâu. Đã có và có nhiều người đi tới cách nhìn cho rằng *bản thân thế giới* và *sự cảm nhận về thế giới* vốn chỉ *là một*, là hiện thân của những gì rất sâu kín trong tâm thức, của một thực thể siêu việt *cái tôi*. Theo Mật tông Tây Tạng thì tri thức sâu kín này chính là *Tschőnyi-Bardo*, cho nên giai đoạn này của thần thức cũng được mang tên là "*giai đoạn cảm nhận được chân như*".

Chân như là đối tượng được cảm nhận trong giai đoạn *Tschőnyi*, như *Luận vãng sinh* chỉ rõ trong phần cuối của *Tschőnyi-Bardo*, là "*chân như của tư tưởng*". Các dạng tư tưởng biến hiện thành hiện thực, tưởng tượng biến thành hình ảnh cụ thể và những năng lực tưởng chừng như chỉ nằm trong giấc mộng bỗng trỗi dậy. Trước hết hiện lên một tổng thể gồm toàn thần chết và sau đó là 28 vị nữ thần quyền năng, đáng sợ; sau đó là 58 vị *thần uống máu*.[1] Dù hình

[1] Thứ tự này được kể ngược lại, nghĩa là đọc từ sau đến trước.

ảnh ma quỷ hết sức lộn xộn, ở đây ta có thể xác định một số qui luật. Đó là các vị thần với quyến thuộc của mình hiện ra từ bốn phương trời và có màu sắc huyền bí khác nhau. Rõ nét dần là các vị thần hợp thành những *linh phù*,[1] gồm có bốn màu sắc hợp lại. Bốn màu sắc dựa trên bốn trí:

- Màu trắng: *Đại viên cảnh trí*
- Màu vàng: *Bình đẳng tánh trí*
- Màu đỏ: *Diệu quán sát trí*
- Màu xanh lục: *Thành sở tác trí*

Trong mức độ cao hơn, thần thức biết rằng những hình ảnh cụ thể thật ra là do chính thần thức phóng chiếu ra, và *bốn trí* nói trên chính là *khả năng tâm lý* của chính thần thức. Nói đến đây, chúng ta đã vào hẳn trong nền *tâm lý học của Mật tông*, mà tôi đã bàn đến trong cuốn *Das Goheimnis der Goldenen Blüte*,[2] do *Richard Wilhelm* xuất bản.

Đi ngược cuốn sách, sau giai đoạn *Tschőnyi* là đến lúc hình ảnh chư Phật hiện ra: Phật *Bất Không Thành Tựu* màu xanh lục, Phật *A-di-đà* màu đỏ, Phật *Bảo Sanh* màu vàng, Phật *Bất Động* màu trắng, và cuối cùng là *pháp thân thanh tịnh* màu xanh ở trung tâm của *linh phù*, xuất phát từ trái tim của đức Phật *Đại Nhật*.

Với sự xuất hiện các vị Phật, nghiệp lực và ảo giác của nó chấm dứt, tâm thức giải thoát khỏi mọi ràng

---

[1] **Maṇḍala**, thường được đọc là Mạn-đồ-la (曼荼羅).

[2] Tạm dịch là "Bí ẩn của nụ hoa vàng".

buộc của sắc giới và trở về với *pháp giới vô sanh vô tử*. Như thế, đi ngược cuốn sách, ta đạt tới giai đoạn *Tschikai*, giai đoạn lúc cái chết vừa đến.

Tôi cho rằng như thế là đã giới thiệu khá đủ về nội dung tâm lý của cuốn Luận vãng sinh *Bardo Thődol* này. Cuốn luận trình bày một *phương thức khơi mở*, ngược lại với cách nhìn của Thiên chúa giáo chuẩn bị cho một cuộc sống vật chất. Đối với người châu Âu duy lý, có lẽ nên khuyên rằng, nên quay ngược cuốn luận *Bardo Thődol* này và lắng nghe sự mô tả những biến cố, đồng thời thay các vị thiện thần, ác thần trong *Tschőnyi-bardo* bằng các biểu hiện của Thiên chúa tùy ý.

Trong mọi trường hợp, diễn tiến của các biến cố đi song hành với *hiện tượng luận* của tiềm thức châu Âu, khi tiềm thức đó bị phân tích. Trong quá trình phân tích thế nào cũng xảy ra những diễn biến của tiềm thức. Điều đó khá tương tự với quá trình *khai thị* hay *điểm đạo* trong các tôn giáo. Tất nhiên là trong tôn giáo không còn sự tự động phát khởi mà thay vào đó là những biểu tượng có tính chất truyền thống, ví dụ như trong cách tu tập của *Ignatius* hay trong thiền định quán tưởng *Yoga* của Mật tông Phật giáo.

Cách xoay ngược tập luận do tôi đề nghị chẳng qua chỉ là để dễ hiểu hơn, tất nhiên không nằm trong dụng ý của tập sách. Ngay cả việc phân tích tâm lý tập luận này, nhiều lắm cũng chỉ đạt được mục đích phụ của các ngài *Lạt-ma*. Mục đích chính của tập luận hiếm có này - xa lạ đối với những trí thức châu Âu của thế kỷ 20 - là cố sức *giảng giải cho người đang chết*. Đối với người châu Âu, nhà thờ Thiên chúa là nơi độc nhất trên thế giới còn nói điều gì đó với người đang chết. Trong đạo Tin Lành, chỉ còn một vài nơi quan tâm tới người chết, vốn không hay biết họ đã chết. Ngoài ra, tại phương Tây chúng ta không có gì có thể so sánh được với luận *Bardo Thődol*, trừ ra một vài tập sách bí mật, không dành cho quảng đại quần chúng hoặc cho khoa học. Theo truyền thống của chúng ta, có lẽ cũng phải liệt kê tập luận *Bardo Thődol* này vào loại *mật thư*. (Xem bài dẫn nhập của *Evans Wentz*).

Tập sách này chủ yếu quan tâm lo lắng cho người chết, kéo dài sau cả cái chết. Sự cúng tế thông thường cũng bắt nguồn từ niềm tin rằng tâm thức con người *còn tồn tại sau khi chết*. Về mặt tình cảm thì người sống ai cũng có mong ước làm được gì đó cho người chết. Đó là một nhu cầu cơ bản, dù cho người duy lý nhất cũng sẽ nghĩ tới khi người thân hay bạn bè của mình mất đi. Vì vậy chúng ta có biết bao nhiêu phong tục xoay quanh cái chết, dù cho sự giải thích có phần khác nhau.

Ngoài các lễ cầu hồn của nhà thờ Thiên chúa thì cách lo lắng cho người chết của chúng ta dừng lại ở mức độ thấp kém nhất, không phải vì chúng ta không tin là tâm thức còn tiếp tục sống, mà là vì ta cắt bỏ quá nhiều - một cách duy lý - yêu cầu của tâm thức. Chúng ta làm như mình không hề có nhu cầu tâm thức, và vì cũng không thật tâm cho rằng còn lại gì đó *sau cái chết*. Vì thế, ta không làm gì cả! Còn những tâm lý ngây thơ thì chúng ta lại tin là thật và vun đắp. Chẳng hạn như ở Ý, những nhà mồ rất đẹp, đẹp một cách đáng sợ. Về các buổi cầu hồn thì mức độ có cao hơn, dành nhiều tình cảm tha thiết cho người chết chứ không phải để khóc lóc cho thỏa lòng.

Tuy nhiên, phải nói rằng điều quí giá nhất cho người chết chính là những lời *khai thị* trong *Bardo Thődol*. Những lời đó phù hợp, chỉ thẳng vào tình trạng đổi thay của người chết. Mỗi độc giả nghiêm túc sẽ tự đặt câu hỏi, phải chăng các vị *Lạt-ma* khả kính sẽ nói về chiều thứ tư và nhờ thế vén được bức màn bí mật của đời sống chúng ta?

Nếu *sự thật* cuối cùng bao giờ cũng là một *sự nhầm lẫn*, phải chăng ta có thể chấp nhận được một vài điều *có thật* trong cảnh *thân trung ấm*? Dù sao đi nữa, cũng là một điều lạ lùng khi cho rằng cảnh tượng sau cái chết - các tôn giáo có đủ mọi cách tưởng tượng về cảnh này - chủ yếu là một giấc mơ đáng sợ, với diễn tiến ngày càng tệ hại hơn. Năng lực *đạt đạo* cao nhất, không phải trong giai đoạn cuối của *thân trung ấm*, mà là ngay từ đầu, ngay trong thời điểm của cái chết, và những gì xảy ra sau đó là một sự trượt dần vào ảo giác và vô minh, cho tới lúc tái sinh vào thế giới vật chất.

Như thế, mức độ cao nhất của tinh thần đạt được ngay vào cuối đời. Cuộc đời con người là một phương tiện có thể đạt tới mức toàn giác, nhưng chính những nghiệp lực làm cho thần thức người chết không nhận ra được ánh sáng của *tánh không*, và vì thế lại rơi vào vòng sinh tử luân hồi, không giải thoát khỏi ảo giác của *sanh thành hoại diệt*. Giai đoạn *thân trung ấm* không phải là cảnh giới của ân sủng hay trừng phạt miên viễn, mà chỉ là giai đoạn *rơi xuống* một đời sống mới, đời sống này mang con người tới gần đích giải thoát thêm một bước nữa. Đây chính là mục đích cao tột, cuối cùng của tất cả cố gắng trong kiếp người. Đây là một quan điểm cao đẹp, phải nói đúng hơn là một quan điểm hướng thượng mạnh mẽ.

Tình trạng ngày càng xấu đi của giai đoạn mang *thân trung ấm* được các sách huyền bí phương Tây xác nhận, trong đó có cả những câu chuyện tầm thường về việc trao đổi thông tin với người chết. Cách nhìn khoa học của chúng ta tất nhiên không ngại ngùng cho rằng những chuyện ma quỷ đó chỉ là phát ngôn của tiềm thức những ông đồng bà bóng và giới cầu cơ, và áp dụng cách giải thích đó về cảnh tượng bên kia thế giới của Luận vãng sinh này. Rõ ràng, *Luận vãng sinh* cũng đã dựa trên những *dạng thể uyên nguyên* của tiềm thức. Chúng ta, ở phương Tây, cũng có lý khi nói rằng đằng sau những hiện tượng đó không phải là những thực tế vật chất hay thực tế siêu hình gì cả, mà chỉ là những dạng thể của tâm thức *biến hiện* ra. Liệu đó là cái gì, chủ quan hay khách quan được *biến hiện* thì chưa rõ, nhưng quả là *có biến hiện*. Luận vãng sinh *Bardo Thődol* cũng không nói nhiều hơn, vì chính năm vị Phật cũng là *do tâm thức biến hiện*, và người chết nên nhận ra điều đó, nếu lúc còn sống người đó chưa từng nhận ra rằng chính tâm thức mình và "*đấng sáng thế*" chỉ là một, không khác. Thế giới của thần thánh ma quỷ không có gì khác hơn là *tiềm thức tập thể chứa đựng trong mỗi cái tôi*. Nói ngược lại câu này sẽ là: Tiềm thức là thế giới thần thánh ma quỷ *nằm bên ngoài cái tôi*. Muốn nói ngược như thế, không cần trình độ khéo léo gì của tri thức cả, nhưng cần đến cả một đời người, thậm chí có thể là nhiều đời, để càng lúc càng *toàn diện*. Tôi cố tình không dùng từ *toàn hảo*, vì từ này sẽ đưa tới những khám phá khác.

☸

Luận vãng sinh *Bardo Thődol* là một cuốn sách bí mật và sẽ tiếp tục bí mật, dù ta có viết gì về nó. Vì muốn hiểu được nó, ta cần có một *khả năng tâm linh đặc biệt*. Không phải ai cũng có, mà chỉ những ai có một đời sống đặc biệt, một kinh nghiệm đặc biệt, mới có được *khả năng tâm linh* đó. Cũng là một điều hay nếu về mặt nội dung và mục đích có được nhiều cuốn sách "*vô ích*" như thế này, loại sách chỉ dành cho những người không còn quá coi trọng những cái gọi là "*lợi ích*", "*mục đích*", "*ý nghĩa*" của "*nền văn hóa*" hiện nay của chúng ta.

☸

☸☸

THAY LỜI KẾT

Một trong những nghi vấn tất yếu sẽ nảy sanh với hầu hết những ai đọc qua tập luận này có lẽ là về *tính xác thực* của nó.

Như đã nói từ đầu, tập luận có một nguồn gốc khá bí ẩn và không hề được chính thức xếp vào ba tạng kinh điển của Phật giáo. Hơn thế nữa, tập luận đề cập đến vấn đề những trạng thái *vào lúc chết* và *sau khi chết* một cách rõ ràng và chắc chắn, mà không hề trích dẫn bất cứ kinh văn nào.

Tuy nhiên, đây không phải lần đầu tiên một sự việc như thế này xảy ra, nếu chúng ta nhớ lại sự ra đời của kinh điển Đại thừa mà về mặt lịch sử được xác định sớm nhất là phải vào khoảng 100 năm trước Công nguyên, nghĩa là khoảng hơn 400 năm sau Phật nhập diệt. Điều này cũng có nghĩa là, lần kết tập kinh điển đầu tiên tại thành *Vương-xá*[1] đã không hề có các kinh điển Đại thừa. Mặc dù vậy, tín đồ Phật giáo ngày nay không ai hoài nghi về *tính xác thực* của những kinh điển này, bởi chúng đã trở thành cốt lõi cho sự tồn tại và phát triển của Phật giáo trong hàng ngàn năm qua.

Trở lại vấn đề bản văn này, tiến sĩ *Evans Wentz* đã dẫn quan điểm của các vị *Lạt-ma* Tây Tạng để giải thích bằng cách đưa ra một sự tồn tại song hành

[1] Rājagrha, cũng được phiên âm là La-duyệt.

của hai phần giáo lý *công truyền* và *mật truyền*. Điều này có lẽ cũng có phần tương tự với lý do được đưa ra khi giải thích về sự xuất hiện của kinh điển Đại thừa, cho dù được công bố sau khi Phật nhập diệt hơn 400 năm nhưng vẫn được tin là do chính Phật thuyết dạy.

Thật ra, cũng giống như hệ thống kinh điển Đại thừa, cuốn *Luận vãng sinh* không phải là bản văn duy nhất xuất hiện theo cách này. Trong khoảng thời gian từ năm 1150 đến 1550, người ta ghi nhận đã có một số lượng đáng kể những bản văn về giáo lý bí truyền được tìm thấy trong các vùng núi sâu ở Tây Tạng, và sự phát hiện ra những bản văn này đã dẫn đến nhiều cải cách về tín ngưỡng.[1]

Về mặt lịch sử, vấn đề nguồn gốc thật sự của kinh điển Đại thừa và các bản văn tương tự như cuốn *Luận vãng sinh* này sẽ vẫn còn là bí ẩn, hoặc ít ra là người ta có thể gán cho chúng tính chất "*ngụy tạo*" như một số người đã làm. Tuy nhiên, về mặt tín ngưỡng thì lý do giải thích như được đưa ra trên đây là hoàn toàn có thể chấp nhận được, và thậm chí trong một chừng mực nào đó, sự giải thích có vẻ như không cần thiết.

Ở đây dùng cụm từ *không cần thiết*, là bởi vì niềm tin được đặt vào tập luận này hoàn toàn không nhờ vào sự giải thích ấy, hay chí ít thì nó cũng chỉ có một tác dụng tích cực đối với sự tiếp cận ban đầu mà

[1] Dẫn theo Edward Conze trong A short history of Budhism, bản dịch Việt ngữ của Nguyễn Minh Tiến.

thôi. Điều quan trọng quyết định hơn cả chính là *nội dung giáo lý* được truyền dạy trong tập luận. Vì thế chúng ta sẽ đi sâu vào khía cạnh này và tạm gác lại những phân tích lý luận khác cho các nhà văn bản học hoặc sử học.

Sự góp mặt của những học giả phương Tây như *W. Y. Evans Wentz* và *Carl Gustav Jung* trong tập sách này có lẽ cũng là một điều thú vị đáng để chúng ta quan tâm. Những vị này đã đến với *Luận vãng sinh* bằng một tầm nhìn rộng mở và góp phần giải bày cho chúng ta thấy được nhiều ý nghĩa sâu kín của tập luận.

Đặc biệt, tiến sĩ *Evans Wentz* với công trình nghiên cứu ở Tây Tạng và sau 3 năm nghiên cứu về tang lễ ở vùng sông *Nil* đã tìm ra được mối quan hệ giữa những nền văn hóa cổ xưa, mà theo ông rất có thể có cùng một nguồn gốc. Những giải thích của ông về các hình thức tang lễ tại Tây Tạng cho chúng ta thấy ảnh hưởng bao trùm của tập luận này trong văn hóa Tây Tạng, cho dù trước đây nó chưa từng được công khai truyền dạy.

Carl Gustav Jung thì lại phân tích *Luận vãng sinh* này từ một góc độ khác hơn, với tư cách là một nhà tâm lý học, hay phải nói chính xác hơn là phân tâm học, bởi vì ban đầu ông vốn là một học trò của *Sigmund Freud*. Với ông, *Luận vãng sinh* được nhìn nhận như là một dạng *siêu phân tâm học*, bởi vì nó mô tả những điều mà không một con người bình thường nào có thể tự trải nghiệm qua để phân tích được.[1] Mặc dù vậy, ông thừa nhận tính đúng đắn và những ích lợi mà tập luận đã mang lại cho chính bản thân ông. Chính *Jung* là người đã không chịu hài lòng với những kết quả nghiên cứu cũng như học thuyết của *Sigmund Freud*, đã tuyên bố tách rời và khai sáng ra một chuyên ngành tâm lý học khác theo hướng của riêng mình. Những gì mà *Jung* theo đuổi và đạt được có giá trị như thế nào chúng ta sẽ không bàn đến, nhưng điều quan trọng muốn nói ở đây là chính trong quá trình nghiên cứu học tập, ông là một trong những người đã phát hiện ra được và giới thiệu với phương Tây những giá trị tinh thần của tập *Luận vãng sinh* này.

❁

Trong một chừng mực nào đó, *Luận vãng sinh* cũng giúp chúng ta vén lên tấm màn bí mật về sự tái sinh của các vị *Đạt-lai Lạt-ma*[2] Tây Tạng. Những sự thật được ghi chép cụ thể về sự tái sinh của họ - mà không phải là truyền thuyết - đã làm cho người phương Tây cảm thấy vô cùng khó hiểu nhưng lại không sao phủ nhận được.

Trường hợp điển hình gần đây nhất là sự tái sinh

---

[1] Đối với những bậc chân tu đã giác ngộ thì điều này có thể thực hiện được. Đức Đạt-lai Lạt-ma thứ 14 thường thuyết giảng về chủ đề này và xác nhận là trong khi thiền định ngài có thể chủ động trải nghiệm trạng thái khi chết đến 6 hoặc 7 lần, nhằm mục đích trau giồi kinh nghiệm tự thân để chinh phục ngưỡng cửa sinh tử.

[2] Dalai Latma

của vị *Đạt-lai Lạt-ma* thứ 13, trở thành *Đạt-lai Lạt-ma* thứ 14, chính là vị đương nhiệm hiện nay.

Đức *Đạt-lai Lạt-ma* thứ 13 là *Tubten Gyatso* (*Thổ-đan Gia-mục-thố*) viên tịch vào năm 1933, khi ngài được 57 tuổi. Cùng trong năm này, vào ngày 6 tháng 7, đức *Đạt-lai Lạt-ma* thứ 14 là *Tenzin Gyatso* (*Đăng-châu Gia-mục-thố*) ra đời.

Mặc dù ngài sanh ra trong một gia đình nông dân nghèo ở *Taktser* thuộc tỉnh *Amdo* hẻo lánh, cách thủ đô *Lhasa* rất xa, nhưng các vị *Lạt-ma* cao cấp đã có thể tìm ra ngài bằng vào các điềm báo và linh ảnh. Khi họ tìm được ngài - lúc đó còn là một cậu bé -, họ đã xác định bằng cách đưa cho ngài xem những đồ dùng của vị *Đạt-lai Lạt-ma* thứ 13, được trộn lẫn với nhiều đồ vật có hình dáng tương tự khác. Thật đáng kinh ngạc khi cậu bé nhận ra tất cả những món đồ mà trước đây vị *Đạt-lai Lạt-ma* thứ 13 đã sử dụng. Nhưng điều quan trọng có tính cách khẳng định chắc chắn hơn nữa là sau khi được tôn xưng làm vị *Đạt-lai Lạt-ma* thứ 14, trí tuệ và nhân cách siêu việt của ngài đã chứng tỏ rằng ngài chính là hóa thân tái sinh của vị *Đạt-lai Lạt-ma* thứ 13.

Người Tây Tạng tin chắc rằng các vị *Đạt-lai Lạt-ma* chỉ là hóa thân tái sinh của một người, do hạnh nguyện bảo vệ giáo pháp nên đã chủ động tái sinh trở lại thế giới này. Vị *Đạt-lai Lạt-ma* đầu tiên là *Gendun Drub* đã ra đời từ năm 1391 và viên tịch ngày 15 tháng 1 năm 1475. Ngài là người đứng đầu

Hoàng giáo Tây Tạng từ năm 1438 cho đến khi viên tịch. Ngoài sự nghiệp hoằng pháp vĩ đại trong suốt cuộc đời mình, ngài còn phát nguyện sẽ tái sinh trở lại thế giới này để bảo vệ và truyền bá chánh pháp. Lời phát nguyện của ngài được tin chắc là đã trở thành hiện thực qua sự truyền nối liên tục cho đến ngày nay, với tên tuổi các vị *Đạt-lai Lạt-ma* được ghi chép đầy đủ như sau:[1]

1. *Gendun Drub (Căn-đôn Châu-ba)*	1391-1475
2. *Gendun Gyatso (Căn-đôn Gia-mục-thố)*	1475-1542
3. *Sonam Gyatso (Toả-lãng Gia-mục-thố)*	1543-1588
4. *Yonten Gyatso (Vinh-đan Gia-mục-thố)*	1589-1617
5. *Losang Gyatso (La-bốc-tạng Gia-mục-thố)*	1617-1682
6. *Jamyang Gyatso (Thương-ưng Gia-mục-thố)*	1683-1706
7. *Kelsang Gyatso (Cách-tang Gia-mục-thố)*	1708-1757
8. *Jampel Gyatso (Khương-bạch Gia-mục-thố)*	1758-1804
9. *Lungtog Gyatso (Long-đa Gia-mục-thố)*	1806-1815
10. *Tsultrim Gyatso (Sở-xưng Gia-mục-thố)*	1816-1837
11. *Kedrub Gyatso (Khải-châu Gia-mục-thố)*	1638-1856
12. *Trinle Gyatso (Xưng-lặc Gia-mục-thố)*	1856-1875
13. *Tubten Gyatso (Thổ-đan Gia-mục-thố)*	1876-1933
14. *Tenzin Gyatso (Đăng-châu Gia-mục-thố)*	1933 -

Nhìn qua một chuỗi các vị *Đạt-lai Lạt-ma* tái sinh nối tiếp nhau hơn 6 thế kỷ, những người thiếu đức tin hẳn không khỏi phải khởi lên sự hoài nghi vì không sao hiểu được. Tuy nhiên, cuộc đời thực của

[1] Dẫn theo Từ điển Phật học của Chân Nguyên - Nguyễn Tường Bách, NXB Thuận Hóa, 1999.

mỗi vị đều chứng tỏ xứng đáng với tư cách của một đấng giáo chủ tái sinh, cho dù họ rất thường sinh ra trong những gia đình nghèo hoặc trung lưu mà thôi. Riêng đức *Đạt-lai Lạt-ma* thứ 14 hiện nay vẫn đang tiếp tục công việc hoằng hóa Phật pháp khắp nơi trên thế giới, và ngài đã nhận được giải *Nobel Hòa bình* (Nobel Peace Prize) năm 1989 nhờ vào những nỗ lực đóng góp thực tiễn cho một nền hòa bình thế giới.

Tính chất bí ẩn trong sự tái sinh của các vị *Đạt-lai Lạt-ma* sẽ trở nên dễ hiểu hơn khi chúng ta biết rằng tất cả các ngài đều rất am tường những điều được truyền dạy trong *Luận vãng sinh* này. Khi giữ được một tâm trạng vững vàng sáng suốt sau khi chết, các ngài có thể tùy theo hạnh nguyện của mình mà chủ động tái sinh trở lại thế giới này để tiếp tục công việc hoằng dương Chánh pháp. Chính *Đạt-lai Lạt-ma* thứ 14 đã có lần thừa nhận rằng ngay trong khi còn đang sống, ngài vẫn thường xuyên nhập vào thiền định và chủ động trải qua *trạng thái khi chết* nhiều lần trong ngày để tự chứng nghiệm giáo lý này.

❁

Nội dung tập luận này tạo ra ấn tượng mạnh mẽ cho người đọc bởi cách nói *xác quyết và thẳng tắt* của nó. Không một chút hoài nghi, phân vân nào có thể được tìm thấy ẩn khuất sau những lời văn. Vấn đề được diễn đạt một cách chắc chắn như thể là ta đang mô tả về những gì được nhìn thấy trong lòng bàn tay mình. Mặc dù vậy, sự phù hợp và dung hòa của những nội dung được trình bày ở đây với những phần giáo lý khác của đạo Phật có thể làm cho người đọc phải kinh ngạc.

Với những gì được trình bày trong luận này, chúng ta có thể dễ dàng hiểu được vì sao trước đây nó chỉ được mật truyền giữa các vị *lạt-ma* qua nhiều thế hệ mà không được truyền dạy rộng rãi cho mọi tín đồ. Hơn thế nữa, nó chỉ được các ngài dùng để đọc cho người chết nghe hơn là giảng dạy cho người sống. Sự cô đọng của giáo lý nơi đây rất dễ đưa đến ít nhất là hai điều tai hại nếu nó được truyền bá rộng rãi.

Một là sự nghi ngờ, thậm chí khinh chê của những kẻ thiếu đức tin hoặc chưa hiểu biết nhiều về Phật pháp.

Hai là sự lệch lạc khi diễn giải giáo lý này theo hướng phủ nhận các phần giáo lý cơ bản khác của Phật giáo. Điều thứ hai này rất dễ xảy ra đối với những người thiếu một sự hiểu biết toàn diện và có hệ thống về Phật giáo khi tiếp cận với luận này.

Để tránh điều tai hại thứ nhất, cần thấy được rằng luận này không hề mâu thuẫn với bất cứ kinh điển nào trong Phật giáo. Sự hiện hữu của một *thân trung ấm* sau khi chết quả thật đã được Phật đề cập đến trong quyển 8 của kinh *Thủ Lăng Nghiêm.*[1] Và

[1] Đại Phật Đảnh Như Lai Mật Nhân Tu Chứng Liễu Nghĩa Chư Bồ Tát Vạn Hạnh Thủ Lăng Nghiêm Kinh, Đại chánh tạng, quyển 19, số hiệu 945.

cũng trong kinh này, chúng ta tìm thấy sự giảng giải về tác động của ác nghiệp khiến cho mỗi chúng sanh phải thọ sanh vào các cảnh giới khổ não khác nhau như địa ngục, ngạ quỷ... Người nào đã từng đọc kinh *Thủ Lăng Nghiêm* trước đây, nay được xem tập *Luận vãng sinh* này, nếu đọc lại kinh *Thủ Lăng Nghiêm* chắc chắn sẽ có một sự cảm nhận mới mẻ, sâu sắc hơn và tất nhiên là cũng tích cực hơn. Hơn thế nữa, sự biến hiện của tâm thức tạo thành những cảnh tượng huyễn hóa khác nhau cũng được đề cập rất rõ trong kinh này.

Một trong những ấn tượng mạnh mẽ nhất của tập luận này có lẽ là những mô tả nhấn mạnh về tầm quan trọng của giây phút hấp hối, khi đời sống sắp sửa chấm dứt. Tuy nhiên, vấn đề này không phải hoàn toàn mới mẻ khi được nêu ra ở đây, mà chính là khái niệm về *cận tử nghiệp*[1] vốn không xa lạ mấy với những người đã từng nghiên cứu giáo lý đạo Phật. Trong bài văn cảnh sách của tổ Quy Sơn, chúng ta cũng đọc thấy câu này: “*Trút hơi thoát khỏi cuộc đời, như con chim bay xuyên qua dải lụa,*[2] *nghiệp lực dắt dẫn thần thức trôi lăn. Như người nhiều nợ lắm chủ theo đòi, ai mạnh được trước; tạo nghiệp đã nhiều,*

---

[1] Cận tử nghiệp (近死業), nghiệp lực tác động vào con người lúc sắp chết.

[2] Mạng sống được ví như dải lụa bịt trên miệng bình, thần thức như con chim bị nhốt trong bình, lúc nào cũng chực bay ra. Khi dải lụa không còn chắc chắn, chim sẽ xuyên thủng mà bay ra ngay.

phải tùy theo chỗ nặng nề nhất mà thọ thân gánh chịu."[1]

Như vậy, mặc dù nhân quả được xác định như bóng với hình, không hề sai chạy, nhưng *sự tác động của nghiệp lực ngay trước khi chết* quả thật đóng một vai trò quan trọng mà nhiều vị chân sư đã từng xác nhận. Đức *Đạt-lai Lạt-ma* thứ 14 nói về vấn đề này như sau:

"*Con người chết với một trong ba tâm trạng: thiện, ác và trung tính. Trong trường hợp đầu thì người chết chú tâm đến một đối tượng thiện tính như Tam bảo hoặc một vị chân sư, và vì thế tự tạo cho mình một tâm trạng đầy niềm tin sâu thẳm, hoặc phát lòng từ, bi, hỷ, xả vô lượng, hoặc tư duy về tính không. Người ta chỉ có thể thực hiện những điều này khi đã từng trau giồi tu tập trong đời sống. Nếu trước khi chết mà người ta có thể phát khởi những tâm thiện thì một sự tái sinh hạnh phúc hơn được xem như là chắc chắn.*

"*Nhưng cũng có khi thân quyến làm xao động tâm trạng của người sắp chết và làm cho người ấy vô tình khởi lên tâm sân hận. Hoặc có khi thân quyến tụ họp vây quanh, khóc lóc than thở làm cho người*

---

[1] Nguyên văn chữ Hán: Lâm hành huy hoắc, phạ bố chương hồng. Hộc xuyên tước phi, thức tâm tùy nghiệp. Như nhân phụ trái, cường giả tiên khiên, tâm tự đa đoan, trọng xứ thiên trụy. 臨行揮霍, 怕怖慞惶. 觳穿雀飛, 識心隨業. 如人負債, 强者先牽, 心緒多端, 重處偏墜. (Quy Sơn cảnh sách văn - bản dịch Việt ngữ của Nguyễn Minh Tiến, NXB Tôn giáo - 2004)

chết khởi tâm quyến luyến, tham ái. Nếu người chết với một trong hai tâm trạng trên, và hơn nữa, nếu người ấy rất thường phát triển những tâm trạng này trong đời sống trước đây, thì đó là một mối nguy lớn.

"Cũng có người chết với một tâm trạng trung tính: không thiện không ác... Trong mọi trường hợp, tâm trạng trước khi chết đều rất quan trọng. Ngay cả khi một người đã có chút ít tiến triển trên con đường tu tập, cũng có thể không tự chủ, để tâm tán loạn trước khi chết, trực tiếp tạo điều kiện cho tâm sân hận và ái luyến khởi lên. Nguyên nhân là những nghiệp,[1] *những chủng tử*[2] *vốn đã được huân tập*[3] *từ lâu đời, chỉ chờ đợi những điều kiện thuận lợi để sanh khởi. Chính những chủng tử này tạo điều kiện để người chết tái sinh trong ba ác đạo: địa ngục, ngạ quỉ và súc sinh... Tương tự, một người dù là thường nhật làm nhiều việc ác, nhưng khi chết với một tâm thiện cũng có thể tái sinh trong một cảnh giới tốt đẹp hơn...*

"Trong một cuộc sống sinh hoạt bình thường thì các tâm trạng như tham ái, sân hận, ganh ghét... được sinh khởi ngay cả với những duyên rất nhỏ nhặt. Đó là những trạng thái tâm lý đã khắc sâu đến tận cốt tuỷ của con người. Ngược lại, một trạng thái tâm lý mà người ta không thường trải qua, nếu

---

[1] Nghiệp (業), tiếng Phạn là karma.

[2] Chủng tử (種子), tiếng Phạn là bīja.

[3] Huân tập (熏習), tiếng Phạn là vāsanā, chỉ sự thu gom và tích chứa lâu ngày không để mất đi.

muốn sinh khởi thì phải cần có một sự kích thích mạnh mẽ, chẳng hạn như sự tư duy, tập trung cao độ. Vì thế mà khi sắp chết, những tư tưởng đã ăn sâu vào cốt tuỷ của mỗi con người sẽ thường là trạng thái tâm lý chính, là yếu tố quyết định sự tái sinh..."[1]

Như vậy, rõ ràng những nội dung được trình bày ở đây không phải là sự chế tác của bất cứ một kẻ hậu sinh nào, mà vốn dĩ đã tiềm tàng trong giáo lý do đức Phật giảng dạy. Chính điều này đã đảm bảo tính tương hợp của nội dung tập luận với các kinh điển được công truyền.

Điều kỳ lạ hơn nữa trong bản văn này là sự kết hợp hài hòa yếu nghĩa của các phần giáo lý mà xưa nay vẫn thấy được trình bày riêng rẽ trong các kinh điển khác nhau, thuộc các tông phái khác nhau của Phật giáo. Cách đặt vấn đề một cách chắc chắn mà không cần giải thích, lý luận, có thể sẽ làm cho một số người nào đó cảm thấy khó chấp nhận, nhưng ngược lại nó cho phép những ai có đầy đủ đức tin sẽ thể nhận ngay được các phần tinh yếu của những giáo lý khác nhau, nhằm nhắm tới mục đích duy nhất sau rốt là *sự giải thoát*.

[1] Trích lời dẫn nhập của đức Đạt-lai Lạt-ma trong "Death, Intermediate State and Rebirth in Tibetan Buddhism" (Sự chết, trạng thái chuyển tiếp và sự tái sinh trong Phật giáo Tây Tạng) - Lati Rinpoche / Jeffrey Hopkins. (Dẫn theo Từ điển Phật học của Chân Nguyên - Nguyễn Tường Bách, NXB Thuận Hóa - 1999.) Hiện sách này đã có bản Việt dịch của Chân Giác Bùi Xuân Lý, tựa đề "Chết, vào thân trung ấm và tái sinh" - NXB Tôn giáo 2008.

Trong bản văn này, giáo lý *Duy thức* được vận dụng ở mức độ rốt ráo nhất, khi toàn bộ những cảnh giới mà người chết trải qua được xác quyết là hoàn toàn không thực có, chỉ do sự biến hiện của tâm thức với những chủng tử tích chứa từ nhiều đời. Nhưng đồng thời, lời khuyên chủ yếu xuyên suốt trong toàn bản văn là "*hãy niệm Phật*". Ở đây, giáo lý *Tịnh độ* được trình bày với dạng cô đọng, súc tích nhất, với sự đảm bảo là bất cứ ai, cho dù là người đã tạo nhiều nghiệp bất thiện, chỉ cần thành tâm niệm Phật đều sẽ được vãng sinh về tịnh độ. Một khác biệt nhỏ ở đây là, các cõi tịnh độ được mô tả xuất hiện ở tất cả các phương, với nhiều vị Phật khác nhau, thay vì chỉ có Phật *A-di-đà* như trong giáo lý của *Tịnh độ tông*. Và điều khác biệt - nhưng không hề mâu thuẫn - này đã chuyển hướng tập luận đi theo một cách nhất quán với tông chỉ của *Thiền tông*, khi mà chư Phật, Bồ Tát được hình dung như là những đối tượng thiền quán của hành giả.

Khi phân tích nội dung *Luận vãng sinh* này theo hướng như trên, sự nghi ngờ về những gì được thuyết dạy ở đây sẽ bị phá tan. Cho dù tập luận này *có hoặc không có* một nguồn gốc rõ ràng, những gì chúng ta học được ở đây thật sự là không hề nằm ngoài giáo pháp mà Phật đã truyền dạy.

Chúng ta trở lại điều thứ hai đã nói đến ở trên, tức là sự lệch lạc có thể có khi diễn giải tập luận này theo hướng phủ nhận các phần giáo lý cơ bản khác của Phật giáo. Theo chủ quan của người viết, có lẽ đây là một trong những lý do chính khiến cho tập luận này phải được giữ kín trong một thời gian dài, không được truyền dạy cho tất cả mọi tín đồ.

Một trong những sai lầm dễ rơi vào nhất là sự phủ nhận giáo lý về nhân quả, nghiệp báo. Theo như tập luận này, nghiệp lực *dường như* không tác động đến tâm thức người chết ngay sau khi chết, và trong suốt giai đoạn mang *thân trung ấm* thì nghiệp lực chỉ hoàn toàn chi phối thần thức vào thời điểm quyết định tái sinh. Trước đó, nếu chịu *nghe và hiểu* những lời khai thị của luận này, thần thức hoàn toàn có khả năng được giác ngộ, giải thoát, hoặc vãng sinh về cõi tịnh độ của chư Phật. Điều này đồng nghĩa với việc rũ bỏ hoàn toàn mọi ác nghiệp đã làm trong đời sống trước đây. Và như vậy có thể dẫn đến sự hiểu sai về giáo lý nhân quả, nghiệp báo.

Những điều vừa nói trên là một sự diễn giải có vẻ như chính xác theo những gì đọc thấy trong tập luận. Tuy nhiên, tôi đã cố tình dùng hai chữ "*dường như*", bởi vì theo tôi thì đây chính là mấu chốt của vấn đề. Khi xem xét kỹ lại bản văn, chúng ta sẽ thấy rõ sự diễn giải như trên là không đúng.

Mặc dù bản văn mô tả sự lóe sáng của ánh sáng giác ngộ vào thời điểm thần thức rời khỏi xác thân, và xác quyết rằng sự thể nhập vào ánh sáng đó sẽ dẫn đến sự giác ngộ, giải thoát cho thần thức, nhưng đồng thời chúng ta cũng được biết là không phải tất cả các thần thức đều có thể dễ dàng thể nhập vào trong đó. Chúng ta hãy nhớ lại lời khai thị đầu tiên trong giai đoạn này:

"... *giờ đây pháp thân đang chiếu sáng rực rỡ trước mắt ngươi, hãy nhận biết rõ. Giờ đây thức của ngươi đang trở về bản tánh chân như, rỗng không vắng lặng, vô ngã, vô tướng, không màu sắc, không âm thanh. Nhưng tâm thức này không phải là sự rỗng không của cái không, nó tự tại, diệu dụng, biến hóa không cùng. Hai mặt này của chân như chính là từ bi và trí huệ, thể của nó là không. Nó chính là pháp thân bất hoại. Sắc và không không rời nhau, trong dạng hào quang rực rỡ, vô sanh vô tử. Đó cũng là Phật tính. Hãy nhận rõ điều này, đó là điều quan trọng duy nhất. Nếu ngươi nhận rõ tâm thức tịch tịnh của ngươi bây giờ chính là tâm Phật, thì ngươi đã thể nhập cõi Phật, cõi tịnh độ...*"

Lời khai thị ở đây đập vỡ mọi khái niệm chấp thủ của thần thức về đời sống, về sự tham luyến, si mê, sân hận... Bởi vì, sau khi chỉ rõ tính chất sáng suốt, rỗng rang vô ngại và thường tồn bất biến của pháp thân thường trú, của chân tâm, Phật tính, lời khai thị nhấn mạnh: "*Hãy nhận rõ điều này, đó là điều quan trọng duy nhất.*"

Tuy nhiên, một câu hỏi có thể được đặt ra tiếp theo sau đó: "*Vì sao có những thần thức không thể hiểu và tin nhận được những lời khai thị này?*"

Mấu chốt của vấn đề là ở điểm này. Để có thể tin nhận được lời khai thị rốt ráo ở đây, người chết cần phải có một quá trình tu tập hoặc tích lũy thiện nghiệp từ trước đó. Và như thế thì rõ ràng là dù trực tiếp hay gián tiếp, thần thức cũng không thể vượt ra khỏi sự chi phối của *nghiệp lực mà mình đã tạo ra*. Hay nói khác đi, không hề có chuyện sai lệch về nhân quả xảy ra ở đây.

Mặt khác, việc hội đủ nhân duyên để được nghe biết đến *Luận vãng sinh* này, xét cho cùng vốn tự nó đã là một quả lành không thể tự nhiên mà có được.

Trong hầu như tất cả những lần khai thị vào các giai đoạn nối tiếp sau đó, cho đến lúc thần thức đứng trước thời điểm chuẩn bị nhập mẫu thai, bản văn cũng luôn mở ra một khả năng dự phòng là thần thức *có thể không nhận hiểu được lời khai thị* do nơi sự che lấp, thúc đẩy của những ác nghiệp đã làm, và vì thế mà khuyến cáo vị chủ lễ cần phải kiên trì tụng đọc *Luận vãng sinh* này cho đến giai đoạn cuối cùng có thể có của *thân trung ấm*, được xác định là vào khoảng 49 ngày sau khi chết. Nghi thức cầu siêu cho người chết mà hầu hết các chùa ở Việt Nam hiện nay đang áp dụng cũng dựa theo khoảng thời gian này, với 7 lần *tuần thất*, mỗi lần cách nhau 7 ngày, tổng cộng là 49 ngày thì đến lễ *chung thất*.

Như vậy, rõ ràng là những gì được truyền dạy trong bản văn này không hề phủ nhận vấn đề nhân quả hay tác dụng của nghiệp lực. Một cuộc sống tốt đẹp với nỗ lực tu tập theo đúng Chánh pháp và làm nhiều điều thiện sẽ giúp cho chúng ta có được một tâm thức sáng suốt và bình thản vào những giây phút cuối cùng của đời sống này. Và với những người như vậy, lời khai thị của *Luận vãng sinh* này sẽ là một sự nhắc nhở định hướng chắc chắn giúp thần thức người chết ngay tức khắc vượt thoát ra khỏi vòng luân hồi sinh tử.

Khi gạt bỏ được những cách hiểu sai lệch về *Luận vãng sinh* này, chúng ta sẽ thấy tập luận không chỉ có giá trị trong việc *khai thị cho người chết*, mà hơn thế nữa, nó còn là những lời chỉ dạy mang đến nhiều lợi lạc ngay cả cho những người đang sống. Điều này có được là vì nó có thể thúc đẩy chúng ta cảm nhận sâu sắc hơn những phần giáo lý căn bản khác trong Phật giáo.

Nhìn từ góc độ những gì được mô tả trong luận này, chúng ta sẽ nhận ra được tính bình đẳng của hết thảy các hữu tình, và do đó có được một cách hiểu đúng đắn về tinh thần "*bất hại*"[1] trong giáo lý đạo Phật. Không có được nhận thức đúng đắn về vấn đề này, người Phật tử không thể hiểu hết được tầm quan trọng của việc thọ trì *Ngũ giới*, mà trong đó giới *không sát sanh* được xếp lên trước hết.

Một khi hiểu được rằng tất cả các hữu tình khi bị đoạn dứt mạng sống đều sẽ trải qua những giai đoạn chuyển tiếp sau khi chết như luận này mô tả, chúng ta sẽ không thể coi thường mạng sống của bất cứ loài vật nào, cho dù đó là loài vật nhỏ bé nhất. Bởi vì nếu như thần thức của một con người khi chết đi có

[1] Bất hại (不害), tiếng Phạn là **ahiṃsā**, nghĩa là không gây tổn hại cho bất cứ hữu tình nào.

thể nhập vào mẫu thai của loài súc sanh, thì xét cho cùng thần thức của các loài hữu tình nào có khác gì với chúng ta đâu?

Mặc dù từ lâu vẫn say mê bài thơ *Phụng hiến* của Bùi Giáng, nhưng chỉ sau khi đọc tập *Luận vãng sinh* này tôi mới có thể hiểu hết được tấm lòng của nhà thơ:

Xin yêu mãi - yêu và yêu nhau mãi,
Trần gian ơi, cánh bướm cánh chuồn chuồn.
Con kiến bé cùng hoa hoang cỏ dại,
Con vi trùng, con sâu bọ cũng yêu luôn!

Ngay cả lòng từ bi vô lượng của chư Phật, Bồ Tát cũng chỉ có thể được chúng ta cảm nhận và hiểu được phần nào khi biết rằng các ngài luôn nhìn tất cả chúng sanh bằng một cặp mắt bình đẳng không phân biệt.

Những hiểu biết về *thân trung ấm* giúp chúng ta bình thản hơn khi nghĩ đến cái chết, thậm chí ngay cả khi phải đối mặt với nó. Bởi vì, xét cho cùng thì có ai trong chúng ta lại không một lần phải chết? Còn gì hãi hùng và đáng khiếp sợ hơn khi không biết được rằng sau giây phút ấy mình sẽ đi về đâu?

Người tin vào giáo lý Tịnh độ, khi đọc hiểu tập luận này sẽ thấy kinh *A-di-đà* và sự vãng sinh Cực Lạc không còn là khó hiểu, khó tin nhận nữa. Kinh *A-di-đà* nói rằng:

"... *Như những kẻ nam, người nữ có lòng lành, nghe giảng nói về Phật A-di-đà, liền chuyên tâm niệm danh hiệu ngài, hoặc một ngày, hoặc hai ngày, hoặc ba ngày, hoặc bốn ngày, hoặc năm ngày, hoặc sáu ngày, hoặc bảy ngày, tâm không tán loạn. Người ấy khi lâm chung liền có đức Phật A-di-đà cùng với các vị thánh chúng hiện ra trước mắt. Khi mạng chung tâm không điên đảo, liền được sanh về cõi Cực Lạc của đức Phật A-di-đà.*"[1]

Quả thật không thể nào phủ nhận sự tương hợp giữa đoạn kinh văn này với những gì được *Luận vãng sinh* mô tả về hào quang tiếp dẫn của chư Phật, trong đó có đoạn nói về Phật *A-di-đà*. Vấn đề duy nhất quyết định sự vãng sinh ở đây là sự phát khởi lòng tin nơi thần thức người chết và quy hướng về chư Phật, thay vì là để cho tham ái, ác nghiệp cuốn hút về phía lục đạo luân hồi. Thấy rõ được điều này, chúng ta mới biết giáo lý Tịnh độ hoàn toàn không phải là một giáo lý thụ động, tiêu cực như nhiều người lầm tưởng, mà trái lại sự nỗ lực tinh

---

[1] Nguyên văn chữ Hán: Nhược hữu thiện nam tử, thiện nữ nhân văn thuyết A-di-đà Phật, chấp trì danh hiệu, nhược nhất nhật, nhược nhị nhật, nhược tam nhật, nhược tứ nhật, nhược ngũ nhật, nhược lục nhật, nhược thất nhật, nhất tâm bất loạn. Kỳ nhân lâm mạng chung thời, A-di-đà Phật dữ chư thánh chúng hiện tại kỳ tiền. Thị nhân chung thời, tâm bất điên đảo, tức đắc vãng sinh A-di-đà Phật Cực Lạc quốc độ. 若有善男子, 善女人, 聞說阿彌陀佛, 執持名號, 若一日, 若二日, 若三日, 若四日, 若五日, 若六日, 若七日, 一心不亂. 其人臨命終時, 阿彌陀佛與諸聖眾現在其前。是人終時心不顛倒, 即得往生阿彌陀佛極樂國土。(Phật thuyết A-di-đà Kinh, Đại chánh tạng, quyển 12, số hiệu 366, bản dịch tiếng Việt của Đoàn Trung Còn và Nguyễn Minh Tiến trong Chư kinh tập yếu, NXB Tôn giáo, 2004).

tấn để đạt đến chỗ "*nhất tâm bất loạn*" là hoàn toàn không khác với các hành giả của Thiền tông.

Mặt khác, người tu tập thiền quán khi đọc hiểu tập luận này sẽ thấy rõ hơn nữa tầm quan trọng của công phu tu tập. Theo sự mô tả của luận này thì sự lôi kéo, giằng xé giữa giải thoát và sinh tử, giữa sáng suốt và mê lầm luôn diễn ra trong suốt thời gian mang *thân trung ấm*. Và chỉ có một công phu tu tập hành trì miên mật mới có thể giúp cho hành giả nắm chắc được hướng đi đúng đắn trong lúc "*giao thời*" chuyển tiếp ấy.

Kinh *Kim Cang* dạy rằng:

"*Hết thảy pháp hữu vi,*
Như mộng ảo, bọt nước,
Như sương sa, điện chớp.
Nên quán sát như vậy."[1]

Nếu so với những gì mà *Luận vãng sinh* này trình bày về tính chất huyễn hóa của tất cả mọi cảnh tượng được nhìn thấy bởi *thân trung ấm*, chúng ta dễ dàng nhận ra rằng những điều này hoàn toàn phù hợp với kinh văn, xuất phát từ một nhận thức sáng suốt, sâu xa, chiếu rọi thẳng vào bản chất của sự vật mà không phải là những hình tướng giả hợp

---

[1] Nhất thiết hữu vi pháp, như mộng ảo bào ảnh, như lộ diệc như điển, ưng tác như thị quán. 一切有為法, 如夢幻泡影, 如露亦如電, 應作如是觀. (Kim Cang Bát Nhã Ba-la-mật Kinh, Cưu-ma-la-thập dịch sang Hán văn, Đại chính tạng quyển 8, số hiệu 236, bản dịch Việt văn của Đoàn Trung Còn và Nguyễn Minh Tiến - sách đã dẫn.)

bên ngoài của chúng. Nếu ai đã từng tụng đọc và nắm được yếu chỉ của kinh Kim Cang, thì người ấy dù có được nghe tụng đọc luận này hay không cũng vẫn sẽ nhận thức đúng về tất cả những cảnh tượng nhìn thấy khi mang *thân trung ấm*.

Nói một cách ngắn gọn, nội dung *Luận vãng sinh* này hoàn toàn phù hợp, không hề mâu thuẫn hoặc phủ nhận bất cứ phần giáo lý căn bản nào khác của Phật giáo. Vì thế, luận này có thể mang lại những lợi ích lớn lao cho *cả người chết lẫn người sống*.

Đối với người chết, không gì quan trọng bằng việc có được một nhận thức đúng về những gì mình sẽ trải qua. Điều đó giúp thần thức giữ được tâm bình thản, sáng suốt, không bị dao động bởi những hiện cảnh trông thấy sau khi chết. Bởi vì, mặc dù những cảnh tượng sau khi chết được mô tả rất chi tiết, nhưng luận này xác quyết rằng tất cả những cảnh ấy đều chỉ là hư dối, không thật, do tâm thức biến hiện ra mà thôi. Thấy rõ được *tính chất không thật* của mọi hiện tượng, thần thức sẽ giữ được tâm bình thản không sợ hãi, và nhờ đó mà sáng suốt quy hướng về Tam bảo. Đây là tiền đề quyết định để thần thức được giải thoát khỏi luân hồi sinh tử, vãng sinh về cõi tịnh độ của chư Phật.

Đối với những ai đã tạo nhiều ác nghiệp nặng nề, do sự thúc bách của nghiệp lực, trong lúc lâm chung càng thấy nhiều cảnh tượng ghê rợn, đáng khiếp sợ hơn. Những người này nếu đã được học biết *Luận vãng sinh*, sẽ có thể giảm bớt tâm sợ hãi, phát khởi sự cải hối sâu xa đối với những việc ác đã làm và quy hướng về Tam bảo. Thiện tâm này ngay tức thời sẽ có thể giúp cho người ấy hoặc được vãng sinh, hoặc tái sinh về một cảnh giới tốt đẹp hơn mà không bị sa vào các nẻo dữ.

Hơn thế nữa, luận này cho ta biết là thần thức người chết vẫn còn phải chịu những tác động từ người sống, bởi vì thần thức sau khi "*tỉnh dậy*" và biết mình đã chết, vẫn có thể thấy nghe rõ ràng những gì đang diễn ra trong cuộc sống. Do đó, thần thức người chết có thể sanh khởi những tâm niệm xấu như sân hận, ái luyến... do những tác động từ người sống. Sự than khóc của người sống khiến thần thức đau lòng, bi lụy. Ngược lại, sự hờ hững của người sống lại khiến cho thần thức giận dỗi, bực tức. Nếu người sống thiếu hiểu biết, nhân danh người chết mà làm những việc bất thiện như giết mổ súc vật heo, dê, gà, vịt... để cúng tế, người chết cũng dễ dàng vì đó mà sanh tâm sân hận. Và điều làm cho thần thức người chết đau đớn nhất là họ hoàn toàn bất lực không thể giao tiếp, bày tỏ gì với những người thân còn đang sống.

Tất cả những điều ấy có thể được hóa giải đi nếu người chết trước đây đã từng được học *Luận vãng sinh* này. Thần thức người chết sẽ hiểu rằng tất cả mọi quan hệ thế gian đều chỉ là tạm bợ, giả lập. Điều quan trọng nhất đối với thần thức giờ đây là sự giải thoát ra khỏi sinh tử luân hồi hoặc tái sinh về một cảnh giới tốt đẹp hơn cho sự tu tập. Cho dù được khai thị bằng *Luận vãng sinh* này trong lúc chết, nhưng chỉ khi nào thần thức tự mình có thể phát khởi được tâm quy hướng về Tam bảo và nhận rõ tính chất không thật của thế giới vật chất, thì khả năng giải thoát mới có thể thực hiện được.

Ý nghĩa giải thoát đối với thần thức người chết cũng có thể thấy rõ ngay ở việc nhận thức đúng về các cảnh tượng mà họ nhìn thấy trong giai đoạn mang *thân trung ấm*. Nếu không nhận rõ tính chất hư huyễn, giả dối của chúng, thần thức người chết sẽ phải triền miên chìm đắm trong một tâm trạng sợ hãi khôn cùng, thậm chí sẽ liên tục cố gắng trốn chạy khỏi những cảnh tượng ấy. Nhưng than ôi, vì chúng là những biến hiện từ tâm thức, nên mọi nỗ lực trốn chạy đều chỉ là vô ích mà thôi. Ngược lại, chỉ cần nhận rõ tính chất giả dối không thật của chúng và hiểu được là mình đang mang *thân trung ấm*, thần thức sẽ không còn sợ hãi trước những cảnh tượng ấy nữa.

Điều này có thể so sánh với tâm trạng của người đang trải qua một cơn ác mộng. Nếu ngay giữa cơn ác mộng, người ấy chợt có giây phút tỉnh táo và biết được là mình đang nằm mộng, rằng những cảnh tượng đang trông thấy chỉ là trong giấc mộng mà thôi. Ngay lập tức nỗi sợ hãi sẽ được giải trừ.

Luận này mô tả hình ảnh các ác thần sẽ hiện ra với những dáng vẻ hung dữ, đáng khiếp sợ, nhưng đồng thời cũng cho biết đó chỉ là một sự biến dạng của các thiện thần. Hay nói chính xác hơn, dù là thiện thần hay ác thần cũng đều chỉ là những biến hiện từ tâm thức. Sự hiểu biết này sẽ giúp cho thần thức người chết tránh được sự khiếp sợ khi phải đối mặt trước những cảnh tượng ghê rợn đó.

Những điều vừa nói trên cho ta thấy được lợi ích lớn lao của *Luận vãng sinh* này đối với người chết. Đồng thời, chúng ta cũng có thể thấy ngay rằng việc học *Luận vãng sinh* ngay từ lúc còn sống chắc chắn sẽ có một hiệu quả mạnh mẽ hơn là chỉ được nghe biết vào lúc chết. Vì thế, nếu có người thân đang ở độ tuổi già yếu sắp rời bỏ cõi đời, không gì quý giá hơn là chuẩn bị cho sự ra đi của họ bằng cách truyền dạy *Luận vãng sinh* này.

Cũng cần lưu ý một điều là, không cần thiết phải thay đổi đối tượng đức tin của mình khi học *Luận vãng sinh*. Chẳng hạn, một người có thể tin vào Phật *A-di-đà*, vào Bồ Tát Quán Thế Âm... hay bất cứ vị Phật, Bồ Tát nào khác. Sau khi chết, chỉ cần thành tâm quán tưởng đến vị Phật hay Bồ Tát ấy, đều sẽ được giải thoát.

Nhưng việc học *Luận vãng sinh* không chỉ là để chuẩn bị trước cho phút cuối cùng của đời sống, mà còn mang lại nhiều lợi ích ngay trong đời sống. Điều thiết thực nhất có thể thấy được ngay là sự giảm nhẹ đau khổ mỗi khi ta phải chia tay vĩnh viễn với một trong những người thân yêu của mình - mà điều này thì chắc chắn là bất cứ ai trong chúng ta cũng đều không tránh khỏi.

Sự hiểu biết về những gì người chết đang trải qua sau khi đời sống chấm dứt sẽ giúp chúng ta thấy cảm thông hơn, gần gũi hơn với người thân đã chết của mình. Chúng ta sẽ có những thái độ, những quyết định hành xử đúng đắn hơn, có lợi cho người chết hơn. Khi tưởng niệm đến người chết hoặc cầu nguyện cho họ, chúng ta có một niềm tin vững chắc hơn vì chúng ta biết rằng những suy nghĩ của ta đang được thần thức người chết đọc hiểu được. Chúng ta cũng tránh sự giết hại sinh mạng súc vật để cúng tế người chết vì biết rằng điều đó là hoàn toàn sai trái. Hơn thế nữa, thay vì đau khổ tột cùng trước sự mất mát to lớn khi một người thân vĩnh viễn ra đi, chúng ta sẽ nhận thức đúng về sự việc, biết rằng sinh tử vô thường là điều tất nhiên phải đến với tất cả mọi người, và rằng sự chết có thể là một cơ may để người thân của ta đạt được giải thoát nếu như họ giữ vững được tâm sáng suốt và đức tin nơi Tam bảo.

Với những hiểu biết đúng đắn này, mỗi lần có một người thân mất đi sẽ là một sự nhắc nhở quan trọng cho chính bản thân chúng ta. Ta sẽ luôn ghi nhớ rằng mạng sống là vô thường và không gì có thể đảm bảo là nó sẽ tồn tại lâu dài, thậm chí nó có thể chấm dứt vào ngày mai, hoặc ngay hôm nay, hay trong chốc lát nữa đây... hoặc bất cứ lúc nào mà chúng ta không sao lường trước được. Vì thế, mọi việc tốt lành đều cần phải *khởi sự làm ngay* nếu ta không muốn trở thành quá trễ.

Việc tổ chức tang lễ cũng là điều quan trọng mà chúng ta có thể phải cần đến những hiểu biết từ

Luận vãng sinh này để không mắc phải những sai lầm đáng tiếc.

Tính chất nghiêm trang, tình cảm chân thành và những nghi thức cầu nguyện có tính cách nhắc nhở, hướng dẫn thần thức người chết là những điểm cốt lõi của một tang lễ. Việc tốn kém cho những hình thức phiền toái vô ích thường chỉ mang lại sự khó chịu, bất an cho thần thức người chết mà thôi. Trong hầu hết các trường hợp, những nghi lễ rườm rà không mang ý nghĩa thiết thực cần phải được tiết giảm hoặc cắt bỏ. Tang lễ nên được tổ chức trên tinh thần hoàn toàn hướng về người chết và sự lợi lạc của họ, hơn là để cho phù hợp với những gì mà người sống mong muốn.

Trong thời gian gần đây, khuynh hướng làm chay ở các đám tang ngày càng gia tăng, nghĩa là các đám tang này hoàn toàn không dùng thức ăn mặn, không giết mổ heo gà, súc vật. Đây là một điều rất đáng mừng, và chắc chắn sẽ giúp tránh cho người chết những tác nhân có hại. Nếu có điều kiện, nên tụng đọc *Luận vãng sinh* này, hoặc tụng kinh *A-di-đà* để cầu vãng sinh cho người chết. Điều này tùy thuộc một phần vào đức tin của người chết lúc còn sinh tiền.

Mặt khác, trong khoảng thời gian mà thần thức người chết mang *thân trung ấm*, những người sống nên cố gắng làm nhiều việc thiện để hồi hướng công đức, cầu nguyện cho người chết. Điều này có hai tác dụng. Một là tác dụng của nguyện lực, có thể giúp sức cho thần thức người chết quy hướng về Tam bảo. Hai là tác dụng nhắc nhở trực tiếp thần thức hướng về điều thiện, vì khi mang *thân trung ấm* họ có khả năng nhận biết được những gì người sống làm vì mình.

Sống chết là vấn đề quan trọng đã từng đè nặng lên tâm tưởng con người từ xưa đến nay. Giáo lý của hầu hết các tôn giáo nói chung đều nhắm đến một đời sống tốt đẹp sau khi chết cho tín đồ. Điểm khác biệt đáng chú ý trong giáo lý đạo Phật là không có bất kỳ một sự hứa hẹn nào, mà tất cả đều xuất phát từ tự tâm của mỗi người. Ngay cả giáo lý *Tịnh độ* cũng cho chúng ta thấy rằng việc vãng sinh về cõi Phật chỉ đạt được khi nào tự thân người niệm Phật có thể giữ được sự định tâm không tán loạn. Nếu bản thân không có sự dụng công tu tập mà mong đợi ở một sự cứu rỗi nào khác đến từ bên ngoài thì đó không phải là những gì đức Phật truyền dạy. *Luận vãng sinh* này cũng cần phải được tin hiểu trong một nhận thức đúng đắn như vậy.

Một câu hỏi khác rất có thể sẽ được nêu lên về tập luận này. *Tại sao tính chất bí truyền của nó ngày nay không được duy trì nữa*? Hay nói khác đi, điều gì đã khiến cho các vị *lạt-ma* quyết định truyền dạy nó cho nhiều người, thay vì chỉ mật truyền giữa các vị *lạt-ma* như nhiều thế kỷ đã qua?[1]

---

[1] Cụ thể là Lạt-ma Kazi Dawa Samdup đã mang bản dịch tập luận này trao cho tiến sĩ Evans Wentz và cho phép ông này xuất bản nó lần đầu tiên tại London, Anh quốc.

Một trong những lý do đầu tiên được nêu ra là tình trạng suy vi của Phật giáo tại Tây Tạng hiện nay. Thời huy hoàng của đạo pháp đang tàn lụi dần và các ngài sợ rằng đến một lúc nào đó giáo lý này có thể sẽ phải thất truyền vì không còn ai nắm vững được nó. Việc đưa ra công truyền tập luận này tất nhiên có thể có những điều đáng lo ngại, nhưng đồng thời nó cũng đảm bảo được là những thế hệ tiếp theo sau nữa sẽ còn có người hiểu và thực hành được nó.

Nguyên nhân thứ hai có thể được xét đến là sự thay đổi nhanh chóng của môi trường xã hội so với trước đây. Nhất là sự bùng nổ và lan rộng của quá nhiều những hình thức thông tin liên lạc. Điều này có nghĩa là, việc giữ kín hoàn toàn nội dung tập luận, ít nhất là trong phạm vi Tây Tạng, đã không còn dễ dàng như trước đây. Và nếu chỉ một phần nội dung không trọn vẹn nào đó của tập luận được lan truyền, sự tai hại sẽ lớn lao hơn nhiều so với việc đưa ra truyền dạy đầy đủ cả tập luận.

Tuy nhiên, tính chất *mật truyền* của *Luận vãng sinh* này trong suốt một thời gian lâu dài vẫn là một điều khiến chúng ta phải suy nghĩ rất nhiều khi được đọc nó. Bản thân người biên soạn sách này cũng đã băn khoăn không ít trước khi quyết định giới thiệu cùng độc giả. Nếu như một nhận thức đúng đắn có thể giúp người đọc nhận được những lợi ích lớn lao vô giá từ luận này, thì một sự hiểu biết sai lệch cũng sẽ gây ra những tai hại không sao lường hết được. Phần cuối cùng của tập sách đã được viết ra xuất phát từ những suy nghĩ băn khoăn ấy. Mong sao tất cả những ai có duyên may được đọc thấy tập *Luận vãng sinh* này đều sẽ hiểu đúng và đạt được lợi ích lớn lao ngay trong cuộc sống, cũng như tìm ra được con đường tươi sáng để noi theo khi rời bỏ thế giới này. [1]

[1] Quý độc giả nên tìm đọc thêm một số sách liên quan về chủ đề này như: "Death, Intermediate State and Rebirth in Tibetan Buddhism" của Đại sư Lati Rinbochay, bản Việt dịch của Chân Giác Bùi Xuân Lý với tựa đề: "Chết, vào thân trung ấm và tái sinh" - NXB Tôn giáo, 2008 và "Phù trợ người lâm chung" của Đại sư Dagpo Rinpoche, dịch giả Diệu Hạnh Giao Trinh, NXB Thời Đại, 2009. Các sách này đều có thể tìm đọc trên website: www.rongmotamhon.net

MỤC LỤC

Lời thưa

Trong kinh Pháp Cú, đức Phật dạy rằng: "Pháp thí thắng mọi thí." Thực hành Pháp thí là chia sẻ, truyền rộng lời Phật dạy đến với mọi người. Mỗi người Phật tử đều có thể tùy theo khả năng để thực hành Pháp thí bằng những cách thức như sau:

1. Cố gắng học hiểu và thực hành những lời Phật dạy. Tự mình học hiểu càng sâu rộng thì việc chia sẻ, bố thí Pháp càng có hiệu quả lớn lao hơn. Nên nhớ rằng **việc đọc sách còn quan trọng hơn cả việc mua sách**.

2. Phải trân quý kinh điển, sách vở in ấn lời Phật dạy. Khi có điều kiện thì mua, thỉnh về nhà để tự mình và người trong gia đình đều có điều kiện học hỏi làm theo. Không nên giữ làm của riêng mà phải sẵn lòng chia sẻ, truyền rộng, khuyến khích nhiều người khác cùng đọc và học theo. Không nên để kinh sách nằm yên đóng bụi trên kệ sách, vì **kinh sách không có người đọc thì không thể mang lại lợi ích**.

3. Tùy theo khả năng mà đóng góp tài vật, công sức để hỗ trợ cho những người làm công việc biên soạn, dịch thuật, in ấn, lưu hành kinh sách, **để ngày càng có thêm nhiều kinh sách quý được in ấn, lưu hành**.

Thông thường, việc chi tiêu một số tiền nhỏ không thể mang lại lợi ích lớn, nhưng nếu sử dụng vào việc giúp lưu hành kinh sách thì lợi ích sẽ lớn lao không thể suy lường. Đó là vì đã giúp cho nhiều người có thể hiểu và làm theo lời Phật dạy. Mong sao quý Phật tử khắp nơi đều lưu tâm đóng góp sức mình vào những việc như trên.

TINH YẾU THỰC HÀNH PHÁP THÍ

- *Mua thỉnh kinh sách về đọc, tự mình sẽ được rất nhiều lợi ích.*
- *Chia sẻ, truyền rộng bằng cách cho mượn, biếu tặng kinh sách đến nhiều người thì lợi ích ấy càng tăng thêm gấp nhiều lần.*
- *Đóng góp công sức, tài vật để hỗ trợ công việc biên soạn, dịch thuật, giảng giải, in ấn, lưu hành kinh sách thì công đức lớn lao không thể suy lường, vì có vô số người sẽ được lợi ích từ việc lưu hành kinh sách.*

www.ingramcontent.com/pod-product-compliance
Lightning Source LLC
LaVergne TN
LVHW040430051026
849517LV00002B/538
* 9 7 9 8 2 1 5 8 8 1 5 9 0 *